AF797427

P for நீங்கள்!

எதிலும், எல்லாவற்றிலும் உங்களை Mr. Perfect ஆக்கப்போகிற புத்தகம்.

P for நீங்கள்!

ஜே.எஸ். ராகவன்

கிழக்கு

P for நீங்கள்!
P for Neengal!
J.S. Raghavan ©

First Edition: April 2007
144 Pages

ISBN: 978-81-8368-332-6
Title No: Kizhakku 215

Kizhakku Pathippagam
177/103, First Floor,
Ambal's Building, Lloyds Road
Royapettah, Chennai 600 014.
Ph: +91-44-4200-9601
Email : support@nhm.in
Website : www.nhm.in

Author's Email : jsraghavan@yahoo.com

Kizhakku Pathippagam is an imprint of New Horizon Media Private Limited

சமர்ப்பணம்

பிறந்த ஒரு வருடத்துக்குள்ளே புத்தகத்தை
பர்ஃபெக்டாக பிடித்துப் படிக்கத் துடிக்கும்
பேத்தி ஷ்ரேயாவுக்கு.

பொருளடக்கம்

ஜே.எஸ். ராகவன்

மிகப்பெரிய கட்டுமான நிறுவனம்ஒன்றின் நிர்வாக ஆலோசகர். ஆங்கிலம் - தமிழ் இரண்டிலும் எழுது பவர். நகைச்சுவை ஸ்பெஷலிஸ்ட். 1962ல் இருந்து எழுதி வரும் ஜே.எஸ். ராகவனின் ஆறு புத்தகங்கள் 'கிழக்கு' வழியே வெளியாகியிருக்கின்றன.

சுய விமரிசனம் 1

வேண்டுகோள்:

இந்தப் புத்தகத்தைப் புரட்ட ஆரம்பிக்கும் முன்:

(அ) அறையில் தனியாக உட்கார்ந்துகொள்ளுங்கள்.

(ஆ) குல தெய்வத்தை வேண்டிக்கொள்ளுங்கள்.

(இ) மனச்சாட்சியை உசுப்பிவிட்டுக்கொள்ளுங்கள்.

(ஈ) விமரிசனம் என்பது விருப்பு வெறுப்புக்கு அப்பாற்பட்டது என்பதை நினைவு கொள்ளுங்கள்.

(உ) ஒரு பர்ஃபெக்ஷனிஸ்டாக மாற வேண்டும் என்று வலது கை மணிக்கட்டில் கங்கணம் கட்டிக்கொள்ளுங்கள். (கங்கணமா? அது எங்ஙனம்? என்று யாராவது பெரியவர்களிடம் கேட்டுத் தெரிந்துகொள்ளவும்.)

(ஊ) பின்வரும் கேள்விகளை உங்களையே நீங்கள் கேட்டுக் கொள்ளுங்கள்.

(குறிப்பு: விடைகளுக்காக, 180-வது பக்கத்தைத் தலைகீழாகத் திருப்பிப் பார்க்க வேண்டாம். ஏனென்றால் அவ்வளவு பக்கங்கள் இந்தப் புத்தகத்தில் இல்லை!)

கேள்விகள்

1. சுவரில் ஆணி அடிக்கும்போது, சுத்தி நழுவி கால் கட்டை விரலைத் தாக்கிவிட்டால், அக்கம் பக்கத்தில் பெண்கள் மற்றும் குழந்தைகள் இருப்பதைப் பார்க்காமல் தமிழ், ஆங்கிலம் அல்லது இந்தியில் உள்ள சிறப்புக் கெட்ட வார்த்தைகளை உபயோகித்து, உங்கள் எரிச்சலை இனம் காட்டுவீர்களா?

2. கர்ப்பிணி சைஸில் உள்ள வெற்று வயிற்றின் மேல் போட்ட ஸ்லாக் ஷர்ட்டின் நான்காவது மற்றும் ஐந்தாவது பட்டன் ஊடே உங்கள் தொப்பூழை, பரந்த இந்த உலகத்துக்கு நமீதா ரேஞ்சில் காட்டி, எதிரே வரும் கண்ணியமானவர்களை அதிர வைப்பீரா?

3. பந்தியில் சாப்பிடும்போது, ஷூ போட்ட வலது காலை இடது கால் மேல் வைத்து, எதிர் வரிசை ஆள்களுக்கு ஷூவின் அடிப்பாகத்தில் ஒட்டிக் கொண்டிருக்கும் பரம அசிங்கத்தைக் காட்டி முகத்தைச் சுளிக்க வைப்பதுண்டா?

4. லிஃப்ட் வந்து நின்றவுடன் அதிலிருந்து வெளியே வருபவர்களுக்கு வழி விடாமல் முட்டி மோதி, பிதுங்கி வழியும் 45B பஸ்ஸில் ஏறுவதுபோல உள்ளே நுழைய முயலுவது வழக்கமா?

5. பேங்கில் செக்கை டெபாஸிட் செய்ய எழுதுகோல் இல்லாமல் வந்துவிட்டு, சலானில் பூர்த்தி செய்ய, பக்கத்தில் இருப்பவரின் விலை உயர்ந்த நாகப்பழ கலர் பேனாவைக் கடன் வாங்கும் பார்வையுடன் நோட்டமிட்டு, அவர் காரியத்தை முடிக்கும் வரை இலவு காத்த கிளி போல நிற்பீரா?

6. லெண்டிங் லைப்ரரி வாசு கொடுத்த மங்கையர் மாத இதழில் இருந்து, மனைவியின் கண்களில் படக்கூடாது என்பதற்காக

உங்களுக்குப் பிடிக்காத கத்திரிக்காய் சமையல் வகைகள் என்ற இரண்டு பக்க சமையல் குறிப்பை சரக் சரக் என்று வெறியுடன் கத்திரித்துத் தூக்கி எறிந்துவிடுவீர்களா?

7. அடுத்த வீட்டு அப்பாசாமியிடமிருந்து ஓசி வாங்கிய துப்பறியும் சாம்பு செம்பதிப்பின் வாசிப்பைக் குளித்தபின் விட்ட இடத்திலிருந்து தொடர, நாற்பத்தி இரண்டாம் பக்க மூலையைக் காகிதத்தில் கத்திக் கப்பல் செய்வதுபோல மடித்து, மேப் லித்தோ பேப்பரைச் சிதைப்பீரா?

8. சுமார் பதினேழு முறை தம்ளரிலிருந்து டபராவுக்கும், டபராவிலிருந்து தம்ளருக்கும் மாற்றி மாற்றிக் காபியை ஆற்றிவிட்டு, மேற்படி தம்ளரின் விளிம்பை, ஒத்து ஊதுபவரின் ரேஞ்சில் உதட்டின் உள்ளே விட்டு ‘சர்’ என்று பதினெட்டுப் பட்டிகளுக்குக் கேட்கும் சத்தத்தில் உறிஞ்சிக் குடிப்பீரா?

9. கீதா கபேயில் பொங்கல் வடை காபியை வெட்டி விட்டு, ஓவராகச் சாராயம் போட்ட குடிமகன் வாந்தி எடுக்கும் சத்த ஜாலங்களுடன் வாஷ் பேஸினில் வாயைக் கழுவிச் சுத்தம் செய்யும் வழக்கம் உண்டா?

10. மார்கழி மாதம் அனுமார் கோயிலில் கை நிறையக் கிடைத்த சூடான வெண் பொங்கலை அங்கேயே எச்சில் செய்து சாப்பிட்டுவிட்டுக் கையை, தெய்வமே என்று நின்றிருக்கும் கருங்கல் தூணில், வாரணாசியில் சாதுவான பசுமாட்டைத் தடவிக் கொடுப்பதுபோல பல முறை தடவி விடுவீர்களா?

11. ‘இன்னிக்கு எனக்கு ஹேப்பி பர்த் டே, அங்கிள்’ என்று மத்தாப்புச் சிரிப்புடன் ஒரு சிறுமி கொடுத்த சாக்லேட்டைப் பிரித்து, அந்தக் குழந்தைக்கே ஊட்டி மகிழாமல், பிரித்த நிஜாம் பாக்குத் தூளை வாய்க்குள் போட்டுக் கொள்வது போல லபக்கென்று போட்டுக்கொள்வீர்களா?

12. மாமா பையனின் கல்யாணத்துக்கு அவர்கள் செலவில் மதுரை வந்து விட்டு, அவர்கள் மனமுவந்து கொடுத்த மயில் கண் வேட்டி, மேல் துண்டை அணிந்து, மீனாட்சி அம்மன் கோயில், திருமலை நாயக்கர் மகால், திருப்பரங்குன்றம், அழகர் கோயில் எல்லாம் சுற்றி அடித்துவிட்டு முகூர்த்தத்தைக்

கோட்டை விட்டதோடு, கல்யாண மண்டபத்தில் மூணு மணிக்கு வந்து, துப்புரவாளர்கள் சாப்பிடும் பந்தியில் உட்கார்ந்து அப்பளம், ஆமை வடை, இஞ்சி ஊறுகாய் வரவில்லை என்று அகர வரிசையில் கோபித்துக் கொள்வீரா?

13. முட்டி வலி என்று காரணம் காட்டி விடுப்பு எடுத்த காரியாலயப் பெண் ஊழியரிடம் ஆறுதல் தருவதாக நினைத்து, எல்லார் முன்னிலையிலும் 'வயசானால் இந்த பிராப்ளம் எல்லாம் வரும்' என்று எசகு பிசகாகச் சொல்லிவிடுவீரா?

14. மழை பெய்யும் மத்தியான வேளையில், காபியுடன் கொறிக்க உங்களுக்கும் உங்கள் மாமனாருக்கும் பொதுவாக வைக்கப்பட்ட வறுத்த மசாலா முந்திரிப் பருப்புத் தட்டிலிருந்து, கௌரவமாக, 'நீங்க ஒண்ணு, நான் ஒண்ணு' என்ற நியதியுடன் எடுத்துக்கொள்ளாமல், நடுவர் மன்றத் தீர்ப்பை மதிக்காத மாநிலமாக, அவருக்குச் சேரவேண்டிய பருப்புகளின் பெரும்பகுதியை நீங்களே பாய்ந்து எடுத்து உள்ளே தள்ளி பங்கீடு முறையில் அநீதியை நிலை நாட்டுவீர்களா?

15. 'மைசூர் பாகு எப்படி?' என்று ஆவலுடன் மூக்கில் கடலை மாவு, கையில் அடுப்புச் சூடு மற்றும் கலைந்த தலையுடன் கேட்கும் மனைவியிடம், 'பரவாயில்லையே! நீயே தனியாகப் போய் வாங்கினதா?' என்று கிண்டலாகக் கேட்டுத் திகைக்க வைப்பீரா?

16. இந்தியாவின் முன்னேற்றத்தைக் கண்டு பெரிய அண்ணன் அமெரிக்காவே மிரண்டு கொண்டிருக்கும்போது, ரிவர்ஸ் கியரில் 'ஸாரே ஜஹான்ஸே அச்சா' ஒலிக்க உங்கள் காரைப் பின்னோக்கி எடுத்துச் செல்வீர்களா?

17. வழக்கமான 9.03 மின்சார வண்டியில் ஏறி உட்கார்ந்தவுடன், உங்கள் காதைச் சுத்திகரிக்கும் செயலில் ஈடுபட்டு, 'இதை எல்லாம் வீட்டில் செய்து கொள்ள எனக்கு நேரம் ஏது?' என்ற கெத்தான பாவனையுடன் தொடர்ந்து மெயின்டெனன்ஸ் ஒர்க்கை மூக்குக்கும் செய்ய ஆரம்பிப்பீர்களா?

18. ஓடும் ரயிலில் மிளகாய்ப்பொடி தடவிய இட்லிப் பொட்டலத்தைக் காலி செய்துவிட்டு, அவ்வளவு பேரின் கால்

களை மிதித்துக்கொண்டு, வாஷ் பேஸினுக்குச் செல்ல வேண்டாமே என்கிற பரோபகார சிந்தனையுடன், எச்சில் கையை வெளியில் நீட்டி, வாட்டர் பாட்டிலை லாகவ மாகக் கவிழ்த்து, விரல்களில் சிக்கிய மிளகாய்ப்பொடித் தூள்களைப் பின் பக்க ஜன்னல் சீட்டுக்காரரின் கண்களுக்கு அனுப்பி வைப்பீரா?

19. இரண்டு சக்கர வண்டியின் சைலன்ஸரைக் கழற்றிக் கடாசி விட்டு, முழு திராட்டில் கொடுத்து, தெருவின் ஒரு கோடியி லிருந்து மறுகோடிக்கு, கமலா த்ரீ ரிங் சர்க்கஸில் மரணக் கூண்டில் மோட்டார் சைக்கிள் விட்டு அசத்துபவரின் சூரத் தனத்துடன் சத்தம் போட்டு ஓட்டித் தூள் கிளப்புவீரா?

20. சாலையில் நடந்து போகும்போது, குதப்பிய பீடாவின் மிச்சத்தை, பறந்து கொண்டே காக்காய் நினைத்த இடத்தில் திடீரென்று ‘கக்கு’ போடுவதுபோல டெக்னிக்கலர் குவிய லாகத் துப்புவீரா?

21. கர்சீப்பா? அது எதற்கு? வேஸ்ட் என்று எண்ணும் நீங்கள், திடீரென்று லீக்காகும் மூக்கை இரண்டு விரல்களால் சிந்தி, ‘சீ! தொலைந்து போ’ என்று உதறி பின்னால் வருபவர்கள் மேல் பாதாதி கேசம் டிரான்ஸ்ஃபர் செய்து விடுவீர்களா?

22. உங்கள் பாஸ் வீட்டில் காத்திருக்கும்போது, அருகில் கட்டிப் போட்டிருக்கும் ஜாலி டைப் நாய் உங்களைப் பார்த்து விசையுடன் வாலை ஆட்டினால், அதை நன்றியுடைமை யின் சவாலாக எடுத்துக்கொண்டு, கால் மேல் காலைப் போட்டுக் கொண்டு நீங்களும் காலை விசைத் தறி போலத் தன்னிச்சையாக ஆட்டுவீர்களா?

23. நெயில் கட்டர், கத்திரிக்கோல் போன்ற செயற்கை உபகரணங் களைப் புறக்கணித்து, அழுக்குச் சேர்க்கையை நுனியில் உள்ளடக்கிய உங்கள் கை நகங்களைப் பற்களால் கடித்துத் தூ, தூ என்று துப்பி, ‘தன் கையே தனக்கு உதவி என்பதை நம்புபவன்’ என்று வெளி இடங்களில் வலியுறுத்துவீர்களா?

24. மலைப் பழம், மொந்தம் பழம், பொட்டுப் பழம் என்ற பாகு பாடின்றி எல்லா வகை வாழைப்பழங்களும் உங்களுக்கு மிகப் பிடித்தாலும், அதனுடைய தோல்கள் பிடிக்காது என்ற காரணத்தினால், ஓடும் சொகுசுப் பேருந்துகளிலிருந்து

சாலையில் வீசி எறிந்து, அவற்றின் மேல் உள்ள வெறுப்பை வெளிப்படுத்தும் வக்கிரத்திலிருந்து வழுக்கி விழாமல் இருப்பீர்களா?

பின் குறிப்பு

எல்லாக் கேள்விகளுக்கும் உங்கள் விடைகள் ‘ஐயோ, இல்லவே இல்லை’ என்றால், நீங்கள் ஒரு Mr. பர்ஃபெக்ட்! உங்களுக்கு இந்தப் புத்தகம் எதற்கு? நீங்கள்,

1. அல்லி அரசாணி மாலை
2. மதன காமராஜன் கதை
3. கடல் புறா
4. இராக் ப்ளஸ் சதாம்
   மைனஸ் சதாம்
5. சிவசாமியின் சபதம்

போன்ற பல சுவையான புத்தகங்களைப் படித்து மகிழலாமே!

சில கேள்விகளுக்காவது உங்கள் பதில் ‘ஆம்’ என்றால், ஐயா! தயவு செய்து இந்தப் புத்தகத்தைத் தொடர்ந்து படியுங்கள்!

நாகரிக உண(ர்)வு

2

கல்யாணப் பந்தியில் உட்கார்ந்த ராம சுப்புவின் இலையில், பருப்புப் பாயசம் பரிமாறப்பட்டது. பின்னால் கன்வேயர் செயின் மாதிரி லயனில் வந்தவர் தயிர்ப் பச்சடி பரிமாறினார். அடுத்து அவியல், பருப்பு உசிலி, உருளை வெங்காயக் கறி, பூசணிக்காய் கூட்டு, ஸ்வீட் பச்சடி, முப்பருப்பு வடை, சிப்ஸ், தேங்காய் சாதம்.

ஐட்டங்கள் விழவிழ இலை நிரம்பாமல் காலியாகவே இருந்தது. காரணம்? பரி மாறுபவர் அடுத்த இலைக்கு நகருமுன் ராமசுப்பு அந்தந்த ஐட்டங்களைத் துரித கதியில் கைக்கும் வாய்க்கும் நடக்கும் கெரில்லா சண்டையாக விட்டெறிந்து கொண்டு இருந்ததுதான்.

பந்தி விசாரிக்க வந்த பெண்ணின் அப்பா பதறினார். 'என்னடா ராமசுப்பு! இலை யிலே ஒண்ணுமே இல்லை. ஐட்டங்கள் வரலியா? டேய் நாராயணா? இவர் இலை ஏண்டா காலியா இருக்கு?'

காமெடி டிராக்கில் வரும் செந்தில்போல அப்பாவியாக முகத்தைத் தாழ்த்தி வைத்துக்கொண்டு கீழ்ப்பார்வை பார்த்த ராமசுப்பு, 'நீயே பார், இலையில் ஒன்றும் இல்லை' என்று கையை விரித்துக் காட்டினார்.

இலையில் எல்லா ஐட்டங்களும் போட்டு முடித்து சாதம் பரிமாறி நெய் ஊற்றியவுடன்தான் இலையைத் தொடுவது நாகரிகம் என்று ராமசுப்புவுக்கு யாரும் சொல்லித் தரவில்லையா?

பசி வந்தால் பத்தும் பறந்து போய்விடும் என்றாலும், பருந்தாக இப்படியா பறப்பது?

கொளுத்தும் வெயிலில் தாடே பள்ளிக்கூடம் ஸ்டேஷன். மீந்து போன இட்லிப் பொட்டலத்தை பிளாட்பாரத்தில் நின்று கொண்டிருந்த பிச்சைக்கார சிறுமியைக் கூப்பிட்டுக் கொடுத்தேன். பஞ்சடைந்த கண்களில் பளிச்சென்ற ஒரு நன்றி ஒளி. இட்லியுடன் குழாயடிக்குப் போன அவள் கைகளை சர்ஜரிக்குப் போகும் டாக்டரைப்போல நீட்டாகக் கழுவிக் கொண்டாள். ஈரக்கையைக் கந்தலால் துடைத்துக்கொண்டாள். பொட்டலத்தைத் திறந்து வைத்து யாருக்காகவோ அமைதியாகக் காத்திருந்தாள்.

வண்டி ஊதிக் கிளம்பி வேகம் எடுத்தது. ஜன்னல் வழியாக எட்டிப் பார்த்தேன். வாலாட்டி வந்த சிறிய நாய்க்குட்டிக்கு அரை இட்லியைப் போட்டுவிட்டு, ராயல் பான்க்வெட்டில் நாசூக்காகச் சாப்பிடும் ஒரு லேடியின் நளினத்துடன் முதல் விள்ளல் இட்லியை அவள் வாய்க்குள் கொண்டுபோன காட்சி, முப்பது வருஷங்கள் கழிந்தும் என் நினைவு ஆல்பத்தில் ஒட்டப் பட்டிருக்கிறது.

அண்ணனும் தம்பியுமாகச் சேர்ந்து வந்தவர்கள் என் வீட்டு ஹாலில் சாப்பிட உட்கார்ந்தார்கள். கட்சிக் கூட்டங்களிலும், மெல்லிசைக் கச்சேரி மேடைகளிலும் வைக்கப்படும் ராட்சஸ கருப்பு ஸ்பீக்கர்கள் மாதிரி காட்சி அளித்தவர்கள், ஆளுக்கு ஒரு சேனலாக எடுத்துக் கொண்டு, ஆச்சி தயிர்கடையும் சர்புர், சர்புர் சத்தத்தை ஸ்டீரியோஃபோனிக் எஃபெக்ட்டுடன் கிளப்பி, பாயசத்தையும், மோர் சாதத்தையும் உறிஞ்சிச் சாப்பிட்டது இன்னும் என் காதுகளில் நாராசமாக ஒலிக்கிறது. 'உறிஞ்சி சாப்பிட்டால்

தான், உடம்பில் ஒட்டும்' என்று அண்ணன் ஒரு கருத்தை முன் வைக்க, அகமகிழ்ந்த தம்பி அதை பலத்த ஏப்பத்துடன் வழி மொழிந்தார்.

'இனிமேல் இவர்களைச் சாப்பிடக் கூப்பிட்டே, இந்த வீட்டில் உனக்குச் சோறு கிடையாது' என்று என் தாத்தா ஓர் அவசர ஆணை பிறப்பித்தார்.

சுத்தம் சோறு போடும். சத்தம் சோறு போடாது போலிருக்கு!

கூட்டுக் குடும்பங்கள் இருந்த அந்தக் காலத்தில் சில வீடுகளில் ஒரு வேளைக்கு சுமார் முப்பது இலைகள் விழும். ஆண்களும், குழந்தைகளும் முதலில் சாப்பிட்டு விட்டு எழுந்துவிடுவார்கள். பின்னர் பெண்கள்.

மணமான ஆண்கள் சாப்பிட்டு எழுந்த இலைகளிலேயே அவர்களது மனைவிகள் உட்கார்ந்து சாப்பிடுவது அந்தக் கால கிராமிய வழக்கம்.

இந்தச் சூழ்நிலையில் இரவில் கணவனுக்கும் மனைவிக்கும் இடையே நிகழும் உரையாடல்:

'என் மேல் ரொம்பதான் ஆசை உங்களுக்கு!'

'எப்படிச் சொல்றே? வெத்தலை போட்ட என் வாய் ரத்தமா சிவந்து இருக்கா?'

'அது இல்லே. இன்னிக்கு எனக்குப் பிடிக்கும்னு ரெண்டு வடையை எக்ஸ்டிராவாகப் போட்டுட்டு சாப்பிடாம இலையிலே வெச்சுட்டீங்களே?'

'பின்னே என்ன? என்னோட தம்பிகளும், மாமாவும் வடை வடையா சாப்பிட்டுட்டே இருந்தாங்க. அனுமார் மாதிரி வடைகளை மாலையா சாத்திக்காததுதான் குறை. பின்னாடி சாப்பிடற லேடீஸுக்கு வேணுமேன்னு கொஞ்சம்கூடக் கவலை இல்லயே? எங்கே உனக்கு இல்லாமப் போயிடப் போறதோன்னுதான் அப்படிச் செஞ்சேன். என் இலைக்கு வந்ததை வேற ஒரு பயல் தொட முடியாது இல்லையா?'

விளக்கு அணைக்கப்படுகிறது.

பொங்கிப் போடும் மங்கையர் சாப்பிட மிச்சம் மீதி இருக்கிறதா என்று பார்த்துச் சாப்பிட வேண்டாமா?

தரையில் சம்மணமிட்டு உட்கார்ந்து சாப்பிடுங்கள் ஐயா, வேண்டாம் என்று சொல்லவில்லை. ஆனால் மடித்துக் கட்டிய வேட்டியுடன் சுமார் எண்பது விழுக்காடு தொடை தெரிய விட்டு உட்கார்ந்தால் எப்படி? உணவைப் பரிமாறும் பெண்களை நாணிக் குனிய வைப்பது உங்கள் லட்சியமா?

முள்ளங்கிக் கூட்டில் முடியா? இருந்தால் என்ன? அதை ஏலக் கடை ஆள், ஐட்டம் பதினேழை குழுமி இருப்போர்க்குக் காட்டு வதுபோல் எடுத்துக் காண்பிக்க வேண்டுமா? பெண்கள் வேண்டுமென்றா தலைமுடியை சமையலில் கொட்டுவார்கள்?

ராஜப்பா சாப்பிட உட்கார்ந்தவுடன் அவருடைய மனைவி லலிதா குடும்பக் குலதெய்வமான சிறுவாச்சூர் மதுரகாளி அம்மனை ஒரு முறை மனதார வேண்டிக்கொள்வாள்.

பரிமாறிய சாதத்தில் ஒரு கடுகு சைஸ் கல் இருந்தாலோ, குழம்பில் உப்பு ஒரு கல் தூக்கலாக இருந்தாலோ, தக்காளி ரசம் ஒரு கொதி குறைவாக வந்திருந்தாலோ, மோரில் லேசான வாடை வந்தாலோ, அவருடைய ரத்த அழுத்தம் விர்ரென்று ஏறும். முகம் ஆந்திர மிளகாயாகச் சிவக்கும்.

'என்னடி சமையல் இது? இதை மனிதன் தின்பானா?' என்று அடித் தொண்டையில் கர்ஜித்து, சுமார் ஒண்ணரை அடி விட்டமுள்ள கனமான ஸ்டெயின்லஸ் ஸ்டீல் எச்சில் தட்டை டிஸ்கஸ் மாதிரி மனைவியை நோக்கி விசிறி அடிப்பார்.

காமெடி சீனில் மொட்டைத் தலை வில்லன், செந்திலின் கன்னத்தில் பளாரென்று அறையக் கையை வீசும்போது, அவர் டைமிங்குடன் குனிந்து அறையை அவர் பக்கத்தில் நிற்கும் வில்லனின் அடியாளுக்கு மாற்றி விட்டு விடுவது போல, லலிதா டபக்கென்று குனிந்து வீசப்பட்ட தட்டை சுவற்றின் மீது மோதும்படிப் பார்த்துக் கொள்வாள்.

'எனக்குச் சோறு வேண்டாம்' என்று கத்திவிட்டுக் கடைத் தெருவில் உள்ள சங்கரி கபேயில் வெந்ததும் வேகாததுமாக கடனே என்று இலையில் எறியப்படும் ஐட்டங்களைச் சாப்பிட்டு விட்டு காரியாலயத்துக்குப் போய்விடுவார்.

சங்கர நாராயணனை உங்களுக்குத் தெரிந்திருக்காது. சாப்பிடுவதை ஒரு நளினமான சடங்காக நடத்திக் காட்டுவார். அவர் நறுவிசாகச் சாப்பிடுவதைப் பார்த்தாலே பெப்டிக் அல்சரால் அவதிப்படுபவருக்கும் உடனே தலைவாழை இலையில் சாப்பிட வேண்டும் என்று தோன்றும். சாப்பிடும்போது அவர் பேசுவது இல்லை. பேசும்போது வார்த்தைகளை முழுங்குவதும் இல்லை.

இந்த இந்த ஐட்டங்களுக்கு இதைத்தான் தொட்டுக் கொள்ள வேண்டும் என்ற நியதியை வைத்திருந்தார். நறுக்கிய மாம்பழத் துண்டுகளைத் தயிர்சாதத்துக்குத் தொட்டுக்கொண்டு அவர் சாப்பிடும்போது அவர் புறங்கை, முகரை, மீசை, பனியன் எங்கேயும் ஒரு சிறுபருக்கையோ அல்லது மாம்பழ மஞ்சள் நிறமோ ஒட்டி இருக்காது.

சாப்பிட்டு முடித்த இலை, ஆஞ்சநேயர் கலக்கிய இலங்கையாக கோரமாகக் காட்சி அளிக்காது. ஓரிரு கறிவேப்பிலைகள் மாத்திரம் அவற்றின் தலைவிதிப்படிப் புறக்கணிக்கப்பட்டு, இலையின் வலது கோடியில் அமைதியாகக் கிடத்தி வைக்கப் பட்டு இருக்கும். மற்றபடி இலை, சாப்பிடும் முன் போட்ட ஒழுங்குடன் சாப்பிட்ட பின்னும் இருக்கும்.

சில வீடுகளில் அன்றைய மெனுவை, சாப்பிட்டு முடித்த குடும்பத் தலைவரின் சட்டையைப் பார்த்தே ஓரளவு ஊகித்துக் கொள்ளலாம்!

அளவோடு சாப்பிடுவதும் ஒரு கலை.

'ராமசாமி இருக்காரே அவருக்கு இட்லின்னா உசிரு. மல்லிப்பூ மாதிரி இருந்தா தாராளமாக மூணு நாலு சாப்பிட்டுவிடுவார்.'

'மூணு நாலா? என்ன ஸார்? சிறுபிள்ளைகூட சாப்பிடுவானே?'

'மூணு நாலுன்னா மூணு நாலு ஈடுன்னு அர்த்தம். அடுக்கு தீபாராதனை மாதிரி ஒன்பது இட்லிகளை ஆவி பறக்க அவர் இலையில் கவிழ்த்தால் ஒண்ணு என்று கணக்கு. இது மாதிரி மூணு நாலு ஓடும்.'

'இன்னும் சாப்பிடணும்னு தோணும்போதே நிறுத்திடணும்னு டாக்டர் சொன்னதாலே இப்போதெல்லாம் ஒரு இட்லியோட நிறுத்திடறார். அதாவது ஒரு ஈடோட!'

உயிரோடு இருக்கச் சாப்பிடவேண்டும். சாப்பிட மட்டுமா உயிரோடு இருக்க வேண்டும்?

ரகுராமன் சாப்பிடும்போது, கீழ்க்கண்ட சேட்டைகளில் ஒன்றையோ அல்லது எல்லாவற்றையுமே கட்டாயம் செய்வார்.

1. அவ்வப்போது அடுத்தவர் இலையில் என்ன இருக்கிறது என்று ஓரக் கண்ணால் பார்த்துக்கொண்டு இருப்பார். தன் இலையில் போடப்படாத ஐட்டங்கள் அவர் இலையில் விழுகிறதா என்றும் கண்குத்திப் பாம்பாகக் கவனித்து வருவார். பரிசாரகர் இலை அருகில் வரும்போது, தன்னுடைய இலையைப் பிடுங்கிக்கொண்டு விடுவாரோ என்கிற விபரீத அச்சத்துடன் இலை நுனியைப் பிடித்துக் கொள்வார்.

2. ஹோட்டலில் பக்கத்து நாற்காலியில் உட்கார்ந்து இருப்பவரின் முன்னால் சர்வர் கொண்டு வந்த மசால் தோசை சூடாக இருக்கிறதா என்று, புறங்கையால் தொட்டுப் பார்த்துவிட்டு, 'அவ்வளவு சூடாக இல்லை. சீக்கிரம் சாப்பிடுங்கள்' என்று சொல்லி, தோசைப் பிரியரை அருவருக்க வைப்பார்.

3. கிரான்டு கான்யன் மாதிரி இருக்கும் தன் கடைவாய்ப் பற்களின் குழிகளில் ஒன்றில் மாட்டிக் கொண்ட முந்திரிப் பருப்புத் துண்டை, மற்றவர்கள் கவனிக்கிறார்களே என்று கிஞ்சித்தும் சிந்தியாமல் வாய்க்குள் ஒரு விரலை விட்டு ஒரு டென்டிஸ்டின் லாகவத்துடன் துழாவுவார்.

4. ஒரு சொம்புத் தண்ணீரை வரவழைத்து, அம்பாசிடர் வண்டியில் ஃபுல் டேங்க்குக்கு டீஸல் நிரப்புவது போல, 'களக் களக் ' என்று மூச்சுப் பிடிக்கக் குடித்துவிட்டுத் தண்ணீரின் ஓவர்ஃப்ளோவை சட்டை வழியாக மார்புக்குள் பாய விடுவார். தண்ணீர் நிரம்பியதால், உப்பிய வாயுடன் இரண்டு பக்கமும் தலையை ஓணான் மாதிரி ஆட்டிக்கொண்டு பார்த்துவிட்டு எந்தக் கணமும் துப்பிடுவேன் ஜாக்கிரதை என்று எச்சரிக்கை விடுவார்.

5. கூட்டம் நிறைந்த டைனிங் ஹாலில், பாயசம் லெவலுக்கு வந்தவரின் சைடில் நின்றுகொண்டு, புருவங்களை அவ்வப்

போது உயர்த்தி, 'ம்! சீக்கிரம் ஆகட்டும்' என்று சிக்னல் கொடுத்து, சாப்பிடுபவரை மிரள வைப்பார்.

6. கைதேர்ந்த கொத்தனார் சிமெண்டு, ஆற்று மணல், தண்ணீர்க் கலவையைக் கொல்லுராால் இரும்பு பாண்டில் இப்படி அப்படி, அப்படி இப்படி என்று தொடர்ந்து கலந்து கொண்டே இருப்பதுபோல, சாதத்தின் மேல் போடப்பட்ட பருப்பு, நெய் மற்றும் சாம்பார் கலவையை நிறுத்தாமல் கைகளால் அவர் விரும்பும் பக்குவத்துக்குப் பிசைந்து, எப்பொழுது சாப்பிட ஆரம்பிப்பார் என்ற சஸ்பென்ஸை அருகில் உள்ளவர்களுக்குக் கொடுத்து, முதல் கவளத்தை, பாகன், யானைக்கு உருட்டி உருட்டிக் கொடுப்பது போல, வாயில் போட்டுக்கொள்வார்.

7. ரசம் சாப்பிட்ட கப்பில் பாயசத்தையும், பாயசம் சாப்பிட்ட கப்பில் மோரையும் வாங்கி, வாயின் இரண்டு பக்கங்களி லிருந்தும் தேனருவியாக வழியக் குடிப்பார்.

8. திருப்தியாக ரசித்து சாப்பிட்டதை விருந்தளித்தவரிடம் இனிய வார்த்தைகளால் தெரிவிக்காமல், பனி படர்ந்த துறைமுகத்திலிருந்து வெளியே கிளம்பும் பெரிய கப்பலின் சத்தமான ஹாரனைப்போல 'பா...வ்வ்வ்வ்' என்ற நீஈஈஈஈண்ட ஏப்பத்தை விட்டு, இந்தப் பாராட்டு போதும் என்று விட்டுவிடுவார்.

9. டைனிங் ஹாலில் தென்னிந்திய பீடா, வட இந்திய மீட்டா பான், மற்றும் கும்பகோணம் தளிர் வெற்றிலை, பாக்கு, சுண்ணாம்பு வைக்கப்பட்டிருந்தால், அவற்றில் ஒன்றை மாத்திரம் தேர்ந்தெடுக்காமல், ஒரு பீடாவையும், பானையும் எடுத்து அங்கிருக்கும் டிஷ்யூ பேப்பரில் பார்சல் செய்து எடுத்துக் கொண்டு, வெற்றிலைப் பாக்கை தாராளமாக, சம்பிரதாய முறையில் போட்டுக்கொண்டு அங்கிருந்து நகர்வார்.

10. வீட்டு விசேஷங்களில் இலையில் போட்ட முழு மாம்பழத்தை அவர் சாப்பிடும் டெக்னிக்கை விவரிக்க வெட்கமாக இருப்பதால் அதை உங்களுடைய ஊகத்துக்கும், கற்பனைக்கும் விட்டு விடுவது எனக்குக் கௌரவம்!

சாப்பிடத் தொடங்கும்முன், நமக்கு ஆரோக்கியத்தையும், வசதிகளையும், அளிக்கும் இறைவனை ஒருமுறை நினைத்து, மனதாரத் தொழுபவராக இருந்தால், நீங்கள் ஒரு Mr. பர்ஃபெக்ட்!

இரையாமல், இறைக்காமல், இகழாமல், இம்சிக்காமல் சாப்பிடுபவர் என்றால் நீங்கள் ஒரு Mr. பர்ஃபெக்ட்.

அடுத்த இலையில் இருப்பவர் முடிக்கும்வரை உட்கார்ந்துவிட்டு, அவருடன் சேர்ந்து எழுந்திருப்பவர் என்றால் நீங்கள் ஒரு Mr. பர்ஃபெக்ட்.

நண்பரின் வீட்டுக் கல்யாணப் பந்தியில், 'என்னது? மோர்க் குழம்பு கிடையாதா? இந்த மாதிரி ஃபங்ஷனுக்குப் போடணுமே?' என்று நீட்டி முழக்கிக் கேட்காமல் சாப்பிட்டால் நீங்கள் ஒரு Mr. பர்ஃபெக்ட்.

டைனிங் ஹாலில் குழந்தைகள் சாப்பிடக் காத்திருக்கும் நிலையில், ஆபீஸுக்கு அவசரமாகப் போகணும் என்று, பாய்ந்து இடம் பிடிக்காமல் இருந்தால் நீங்கள் ஒரு Mr. பர்ஃபெக்ட்.

உணவு தயாரித்தவரை மதிக்கும் வகையில், சாப்பிடும்போது வார இதழைப் புரட்டாமலும், கண்களை சின்னத் திரையில்

நீங்க Mr. பர்ஃபெக்டா?

ஓடும் குத்தாட்டத்தில் மேய விடாமலும் இருந்தால் நீங்கள் ஒரு Mr. பர்ஃபெக்ட்.

வாய், விரல்கள் மற்றும் உள்ளங்கையைத் தவிர, புறங்கை, முன்கை, முட்டி, சட்டை, வேட்டி ஆகிய பகுதிகளையும் சாப்பிட்டு முடித்த பிறகு அலம்ப வேண்டிய வகையில் சாப்பிடாதவராக இருந்தால் நீங்கள் ஒரு Mr. பர்ஃபெக்ட்.

கல்யாண வீட்டில் சாப்பிட்டு முடித்தவுடன் கை அலம்பக் குழாய் வரிசைக்குப் போய், இடது கையைப் புறக் கணித்து, வலது எச்சில் கையால் குழாயின் குமிழைத் திறந்து, அதை அசிங்கப்படுத்தாமல் இருந்தால் நீங்கள் ஒரு Mr. பர்ஃபெக்ட்.

தட்டிலிருக்கும் விலை அதிகமான அல்போன்ஸா மாம் பழத்தின் கடைசித் துண்டை வாயில் எடுத்துப் போட்டுக் கொள்ளும்போது, கை தவறி தரையில் விழுந்து விட் டால், சுற்று முற்றும் பார்த்து விட்டு யாரும் இல்லை என்று உறுதிப்படுத்திக்கொண்டு, அதை எடுத்து சுட்ட பழமாக ஊதிவிட்டு, டபக்கென்று வாயில் போட்டுக் கொள்ளாத வராக இருந்தால் நீங்கள் ஒரு Mr. பர்ஃபெக்ட்!

கல்யாண விசிட்டர்கள் 3

கெட்டி மேளம் முழங்க ரகுராமன் சீதாவுக்குத் தாலி கட்டுகிறான்.

கடைசி வரிசையில் உட்கார்ந்திருக்கும் நாராயணன், கையில் உள்ள மங்கல அட்சதையை மிட்விக்கெட் ஃபீல்டர் ரேஞ்சில் தூக்கி வீசுகிறார். அத்தனையும் ஒரு தானியம் கூடத் தவறாமல் அவர் முன் ரோவில் உட்கார்ந்திருக்கும் அன்பரின் பளபள வழுக்கைத் தலையில் தூறல்களாக விழுகின்றன.

'ஸார் கல்யாணத்துக்கு எங்கிருந்து வந்திருக்கீங்க?'

'மதுரையிலேர்ந்து.'

'நானூத்தி ஐம்பது கிலோ மீட்டர் பயணம் பண்ணி வந்தவர், இருபது ஸ்டெப் எடுத்து நடந்து, தம்பதிகள் தலையில் போட்டு ஆசீர்வதிக்கக் கூடாதா? கல்யாணம் ஆகி அறுபது வருஷம் ஆன என் தலையிலா போடறது? பாத்தா என்னைவிட சின்னவரா வேற தெரியறீங்க?'

நாராயணன் அசடு வழிகிறார்.

பக்கத்தில் இருக்கும் சஃபாரி இடையே புகுந்து கொள்கிறார். 'மேடைகிட்டே ஒரே கூட்டமா இருக்கும். அதனாலே அட்சதையை நான் டி.வி. பெட்டியிலே தெரியற தம்பதி மேலே போட்டுடுவேன். பார்த்தசாரதி கோயிலுக்கு வைகுண்ட ஏகா தசிக்குப் போக முடியாம டி.வி.யிலே காட்டற பெருமாளைப் பார்த்து நாம கன்னத்திலே போட்டுக்கிறதில்லையா? அது மாதிரி.'

கடன் வாங்கிக் கல்யாணம் செய்பவர் சிலர். கடனே என்று தம்பதியை வாழ்த்துபவர்கள் பலர்.

ரிசப்ஷன் 6.30 மணிக்கு. டின்னர் 7.00 மணிக்கு. ரிசப்ஷன் ஹாலில் சுமார் ஐம்பது பேர் பரிசுப் பொருள்களைச் சிணுங்கும் கைக் குழந்தையைப்போல, மடியில் வைத்துப் பாதுகாத்துக் கொண்டிருக்கிறார்கள். வந்தவர்களை 'வா' என்று அழைக்க ஒருவரும் இல்லை. அரக்குக் கலரில் குர்த்தா அணிந்திருந்த ஒருவர், ஹாலின் நீள அகலத்தைக் கால்களால் அளந்து கொண்டிருந்தார்.

7.32க்குக் கல்யாணப் பெண்ணின் தந்தை முதற்கண் மூக்கை நீட்டுகிறார். 'அட நீங்க வந்தாச்சா?' என்று தன் ஆச்சரியத்தைத் தெரிவித்துக்கொண்டு, இரண்டு தடவை மூக்கை உறிஞ்சிக் கொள்கிறார். அருகில் உள்ள ரூமில் சரேலென்று மறைந்து கொள்கிறார்.

'பொண்ணும், மாப்பிள்ளையும் வேணா ப்யூட்டி பார்லருக்குப் போய் டிராஃபிக் ஜாமில் மாட்டிட்டு இருக்கலாம். இவர் வர ஏன் இவ்வளவு லேட்?' என்று நண்பர் என் காதைக் கடிக்கிறார்.

'ஒண்ணு தூங்கிப்போயிருக்கணும். இல்லாட்டி மறந்து போயிருக் கணும்.'

'என்ன பிரஸன்ட் பண்ணப் போறீங்க?'

'திருக்குறள்தான். இப்படி நடக்கும்னு தெரிஞ்சா இன்னொரு பிரதி வாங்கி, 'விருந்தோம்பல்' அதிகாரத்திலே ஒரு புக் மார்க்கைச் சொருகிப் பொண்ணோட அப்பாவுக்கு விசேஷ பரிசுப் பொருளா கொடுத்திருப்பேன். நான் வரேன் ஸார். இதைப் பொண்ணுகிட்டே குடுத்திடுங்க.'

மற்றொரு ரிசப்ஷன் 6.30க்குச் சரியாகத் தொடங்கி, களைகட்டி இருக்கிறது.

அருகில் உள்ள மேடையில் ஃபுல் சூட் அணிந்த எட்டுப் பேர் அடங்கிய குழு தந்தி, காற்று, தோல், ஃபைபர் கிளாஸ் வாத்தியங்களைக் கொண்டு மண்டபத்தின் கூரையைக் கீழே கொண்டு வர முயற்சிக்கிறது. அந்தத் தாக்குதலால் விருந்தினர்களின் செவிப் பறைகள் எந்த நிமிஷமும் கிழிந்து கந்தலாகிவிடும் நிலையில் இருக்கின்றன.

'வாசலிலே நிற்கிற ரெண்டு பெண்களும் ஏர் ஹோஸ்டஸ் மாதிரி சூப்பரா இருக்காங்க இல்லே?'

'காதிலே விழலே. இன்னும் கிட்டே வந்து சொல்லுங்க.'

மூன்று முறை தொண்டை கமற உரக்கச் சொன்னவுடன்தான் அவருக்குக் காதில் விழுகிறது.

'ஆமா, ஆமா. ஏர்ஹோஸ்டஸ் மாதிரி இருந்து என்ன பிரயோஜனம்? அவங்களை மாதிரி காதிலே அடைச்சிக்கப் பஞ்சும் கொடுத்து இருந்தாங்கன்னா நம்மோட காது பிய்யாம இருக்கும்!'

சத்தம் போடாமல் கல்யாணம் செஞ்சிட்டு வரவேண்டாம். ஆனா இவ்வளவு சத்தத்தோட கல்யாணம் பண்ணிக்கணுமா?

திருமண வரவேற்பிலே மணமக்களை வாழ்த்த வருபவர்கள், சுமார் அரை நிமிஷத்துக்கு மேல் அங்கே நிற்கக் கூடாது என்று சட்டம் கொண்டுவர வேண்டும். கால் நிமிஷம் கை குலுக்கி வாழ்த்து தெரிவிக்க, அடுத்த கால் நிமிஷம் வீடியோ, ஃபோட்டோ கேமராக்கள் உங்கள் வருகையைப் பதிவு செய்ய.

மணமகனின் கையை உடும்புப் பிடியாகப் பிடித்துக்கொண்ட ஜகதீசன் மணமகளைப் பார்த்து, பழைய ரகசியங்களை வெளியிடுகிறார்.

'நீ கல்யாணம் பண்ணிட்டு இருக்கியே, இவனை ஒரு வயசிலேர்ந்து எனக்குத் தெரியும்மா. ஜட்டி போட்டுக்காம, மூக்கு ஒழுகிட்டு ஓடிட்டு இருப்பான். அம்மாகிட்டே நாலு வயசு வரை பால் குடிச்சிருக்கான்னா பாத்துக்கோயேன். ஸ்கூலுக்குத் தூக்கிட்டுப் போய் விட்டுட்டு நா வரதுக்குள்ளே எனக்கு முன்னாடி வீட்டுக்கு ஓடிவந்து நிப்பான். ஒரு தடவை

எலிமெண்ட்ரி ஸ்கூல்லே பத்மா டீச்சர்கிட்டே எசகுபிசகா என்ன விஷமம் பண்ணினான் தெரியுமா?'

தேவையா இது?

பூந்தமல்லியில் இருந்த திருவேதி வீட்டில் மார்கழி மாதம் மட்டும் அடுப்பை ஏற்ற வேண்டி இருக்கும். பிற மாதங்களில், நெருங்கிய உறவினர்கள், தூரத்து உறவினர்கள், உறவினர்களின் உறவினர்கள், சம்பந்தியின் உறவினர்கள், நண்பர்கள், தெரிந்த வர்கள், முன்னதாகக் குடி இருந்த ஊர்களில் பழக்கமானவர்கள் போன்றவர்களின் வீட்டுக் கல்யாணங்களுக்கு மனைவி சகிதம் சரிகை வேட்டி, சில்க் சட்டை அங்கவஸ்திரத்துடன் கிளம்பி விடுவார். இள வட்டங்கள் அவருக்கு 'ஷாதி' என்று சங்கேதப் பெயரிட்டிருந்தனர்.

அவருடன் தவறாது அவருடைய மனைவியும் கிளம்பினாலும், வத்சலா வீட்டிலேயே இருந்து விடுவாள். வத்சலா அவருடைய பெண். எப்பவும் ஸ்வெட்டர் போட்டுக்கொண்டு ஜன்னல் பக்கத்தில் உட்கார்ந்து இருப்பாள்.

கல்யாணப் பத்திரிகைகளுக்காக இரண்டு கிளிப் பேடுகள் அவரிடம் எப்போதும் உண்டு. ஒன்றில் முடிந்த கல்யாணங்கள், பிறிதொன்றில் வரப்போகும் கல்யாணங்கள். முகூர்த்த தேதி, நேரம் தெரியாதவர்கள் ஷாதியை அணுகினால் விவரங்கள் ரெடி.

'டேய் நம்ம ஷாதி சமாச்சாரம் தெரியுமா?' என்று 'பூந்தமல்லி டைம்ஸ்' இன்வெஸ்டிகேடிவ் நிருபர் வைத்தி என்னிடம் கேட்டான்.

'ஏதாவது கல்யாணத்துக்குப் போக முடியாம கோட்டை விட்டுட் டாரா?'

'கரெக்ட்டுடா. சீதா கல்யாணம், ருக்மணி கல்யாணம், ராதா கல் யாணம்னு தவறாம போயிட்டிருந்த ஷாதி, வத்சலா கல்யாணத் துக்குப் போக முடியாமப் போயிடுச்சாண்டா.'

'எந்த வத்சலாடா?'

'அவர் பொண்ணு வத்சலாடா. எதிர்த்த கடை டெய்லர் பைய னோட ஓடிப்போய் கோயில்லே கல்யாணம் பண்ணிக்கிட்டா ளாம்.'

நாதஸ்வர ஒலியுடன் மாப்பிள்ளை ஊர்வலம் நகர்கிறது.

‘நாராயணசாமியா? வாடா. உன்னை எப்போடா கடைசியாப் பாத்தேன்?’

‘எல்.ஐ.சி. சாமா காரியத்தின்போது. ராயபுரம் சாவடியிலே நடந்ததே, அங்கே.’

‘என்ன சொல்றே நீ? அப்புறம் லட்சுமி பாட்டி தலை திவசத்திலே பாத்தேனேடா?’

‘ஆமா இல்லே! எப்படி இருக்கான் உன் மச்சினன்?’

‘பொட்னு போயிட்டான்டா. பம்பிலே தண்ணி அடிக்கும்போது மாரை வலிக்கிறதுன்னான். அவ்வளவுதான். காலி.’

‘அடப் பாவமே!’

‘உன் மாமானார் எப்படி இருக்கார்?’

‘போன வாரம் போயிட்டார்டா. கண்றாவி. பைக்ராப்ட்ஸ் ரோடை கிராஸ் பண்ணும்போது, ஒரு தண்ணி லாரி இடிச்சு, செவப்பு லேகியமா ஆயிட்டார்ரா. நெனச்சாலே வயத்தைக் கலக்கிறது.’

‘இதே மாதிரிதான். என்னோட அத்தை பையன். ராஜாவாட்டம் நன்னா இருப்பான். நங்கநல்லூர்லே ரயில்வே டிராக்கை கிராஸ் பண்ணறச்சே. செல்ஃபோன் அடிச்சிருக்கு. கனகாரியமா அதை எடுத்துப் பேச ஆரம்பிச்சான். பின்னாலேந்து தாம்பரம் போற ட்ரெயின் இடிச்சு... அந்தக் கதை எல்லாம் வேண்டாம், கண்றாவிடா.’

‘என்னடா பொட்டுப் பொட்டுனு சின்னவங்க எல்லாம் போயிட்டு இருக்கா? கெழம் கட்டைகள் நாம இருந்திட்டு இருக்கோம். அது சரி, பார்வதி பொண்ணு கல்யாணத்துக்கு வருவியா?’

‘முடியாது. அன்னிக்கு ரெண்டு காரியத்துக்குப் போகணும்.’

‘காரியமா? யார் யாருக்கு?’

‘ஒண்ணு, என் சம்பந்தி மாமிக்கு. போன வாரம் உளுந்து வடைக்கு அரைச்சிட்டு இருந்தா. திடீர்னு ஆகாசத்தைப் பாத்து, ‘அதோ சங்கு சக்கரத்தோட மகாவிஷ்ணு கருடன் மேலே வந்து

'வா'ன்னு கூப்பிடறார்'னு திடீர்னு சொன்னா. ஆம்புலன்ஸ், வரலே. டாக்டர் வரலே. பொட்னு போயிட்டாடா.'

'கல்யாணச் சாவுன்னு சொல்லு. ஆமாம் ரெண்டு காரியம்னியே? இன்னொண்ணு யாருக்கு?'

'என்னோட ஹவுஸ் ஓனர் இருக்காரில்லையா?'

'போயிட்டாரா?'

'இன்னி வரைக்கும் இருக்கார். அவர் சம்சாரம்தான்... ஹெர்னியாவோ என்னவோ, நர்ஸிங் ஹோமிலே அட்மிட் பண்ணினா. ஆபரேஷன்லே குளறுபடியாகி, செப்டிக் ஆகி, செலவாகி, நாலு நாளா இழுத்துக்கிட்டு கடைசியிலே போய்ச் சேர்ந்துட்டா. ஆமா, இன்னிக்கு ஹிண்டுலே ஆபிச்சுவரி பாத்தியா. அதிலே...'

கெட்டி மேளச் சத்தத்துடன் மாப்பிள்ளை காரை விட்டு இறங்குகிறார். ஓடி வந்த சிறு பையன் நாராயணசாமி மேலே மோதுகிறான்.

'ஐயோ தாத்தா. இவனைப் பாருங்க. என்னை அடிக்கறான்.'

'ச்சீ. கல்யாணத்திலே ஐயோன்னு சொல்லக் கூடாதுன்னு எத்தனை தடவை சொல்றதுடா? மடச் சாம்பிராணி.'

நண்பர் கிச்சாமி தலையை ஆட்டி ஆமோதிக்கிறார்.

அட்சதை போட வந்த இடத்தில் வாய்க்கரிசி போடப்படும் சம்பவங்களின் வர்ணனை அவசியமா?

புதிதாக மணமான தம்பதி வீட்டுக்கு திரு. அய்யாசாமி வருகிறார்.

'மாமா, வாங்க. சௌக்கியமா?'

'ஏதோ இருக்கேன்டா. உன்னோட கல்யாணத்தை அட்டென்டு பண்ணிட்டு வீடு திரும்ப பஸ்ஸிலே ஏறச்சே விழுந்துட்டேன். காலிலே சுளுக்கு, இப்போ தேவலை.'

'அடடா... இப்போ தேவலையா? ஆமா மாமி சௌக்கியமா?'

'அவ பாடு இன்னும் மோசம்டா. உன்னோட கல்யாணத்துக்கு மறுநாள்லேந்து பயங்கரமா வயித்து வலி, குடம் குடமா வாந்தி, அப்புறம் நிக்காம பேதி. சாப்பாடு ஒத்துக்கலைன்னு நினைக்கிறேன். ஆஸ்பத்திரியிலே படுக்க வெச்சு, ட்ரிப்,

மருந்து மாத்திரைன்னு எல்லாக் கூத்தும் நடந்து இப்போ ஏதோ தேவலை. ஐயாயிரம் ரூபாய்க்கு இழுத்து விட்டுடுச்சு.'

'கேக்க கஷ்டமா இருக்கு மாமா. காபி சாப்பிடறேளா? வசந்தீ...'

'வேண்டாம்டா, சேகர். கல்யாணம் ஆகி பத்து நாளாயிடுச்சு. இருந்தாலும் உன்னை ஒரு வார்த்தை கேட்டுடறேன். உன்னோட கல்யாணத்துக்கு அவ, அதான் உன் மாமி, போட்டுண்டு வந்த வளையலிலே ஒண்ணுத்தைக் காணும். நேத்துதான் கவனிச்சா. அவ்வளவு உஷார் அவள்! வீடு பூரா சல்லடை போட்டு தேடியாச்சு. மண்டபத்திலே கூடப்போய்க் கேட்டுட்டேன். ரெண்டு சவரன். கல்லு மாதிரி இருக்கும். ம்? நீங்க காலி பண்ணிட்டு வரச்சே ஏதாவது கண்ணிலே பட்டுதா? என்னது? இல்லையா? சரி போனது போனதுதான். அதை விடு. உன் கல்யாணம் பிரமாதமா நடந்தது. ரொம்...ப என்ஜாய் பண்ணினோம்.'

டின்னரில் முதல் பந்தி ஓடிக்கொண்டு இருக்கிறது.

'ஸார், சப்பாத்தி பாத்தீங்களா. சரியா தட்டாத விறட்டி மாதிரி இருக்கு.'

'ஆமா, ஆமா. ரசம்கூட வேதாரண்யம்! ஒரே உப்பு.'

'சாம்பார் கண்டலேறா இருக்கு. சாம்பார்னா அதிலே ஒரு பஞ்ச் இருக்க வேணாமா?'

'அப்பளம் பழைய டாக்குமெண்ட் மாதிரி நமுத்துப் போயிருக்கு. பாயசம் அடிப் பிடிச்சிருக்கு. தயிர்க் கெட்டியா இல்லே. ஒரே தொள தொளா!'

'லைட்டா வாடை வேற வருது பாத்தீங்களா?'

'பாத்தேன், பாத்தேன். கீர் பாத்தீங்களா? வேர்க்கடலை அரைச்சுப் பண்ணினது. பாதாம் எஸன்ஸை தூக்கலா விட்டு மேக்கப் பண்ணி இருக்கு. போளி, போளியே இல்லை. போலி!'

கல்யாணப் பெண்ணின் தந்தை பந்தி விசாரிக்க வருகிறார்.

'ஸார். ஐட்டங்கள் எல்லாம் எப்படி இருக்கு?'

'எல்லாம் பிரமாதம் ஸார். சூப்பர். இந்த மாதிரி சாப்பாட்டை நான் சாப்பிட்டதே இல்லே. கேடரர் யாரு?'

‘விசிட்டிங் கார்டைத் தரச் சொல்றேன். ஸார், உங்களுக்கு எல்லாம் வந்ததா?’

‘தாராளமா வந்தது. ஆனா ஒரு பெரிய குறை.’

‘குறையா?’ பெண்ணைப் பெற்றவர் திடுக்கிடுகிறார்.

‘இத்தனையும் சாப்பிட என் வயித்திலே இடம்தான் இல்லே.’

‘தமாஷ் ஆளையா நீர். குறைன்னு கேட்ட உடனே பயந்துட் டேன்’ சாப்பிடுபவரின் தோளைத் தட்டிவிட்டு நகர்கிறார்.

அட, ஆயிரம் பொய் சொல்லிக் கல்யாணம் பண்ணுபவர் களிடம் ஓரிரண்டு பொய் சொன்னால் பாதகமில்லையா?

★

நீங்க Mr. பர்ஃபெக்டா?

மிகவும் நெருங்கிய உறவினர் களைத் தவிர, மற்றவர்கள் வீட்டுக் கல்யாணத்துக்கு ஒரு வேளை மட்டும் போய்விட்டு வருபவர் என்றால் நீங்கள் ஒரு Mr. பர்ஃபெக்ட்.

ரிசப்ஷனில் பிரபல பெண் பாடகியின் கச்சேரியில் முதல் ரோவில் உட்கார்ந்து, அவ்வப் போது எழுந்து, பின் பக்கம் திரும்பி, உங்கள் கண்களில் பட்ட உறவினர்களையும், நண் பர்களையும் சத்தமாக விசா ரித்து விட்டு, விட்ட இடத்தி லிருந்து தப்புத் தாளம் போட்டுச் சேட்டைகள் செய் யாமல் இருந்தால் நீங்கள் ஒரு Mr. பர்ஃபெக்ட்.

பந்தி விசாரிக்கறேன் என்று இரண்டு வரிசை டேபிள்கள் இடையே ரொம்ப நேரம்

குறுக்கே நின்று பரிமாறுபவர்களின் பாத்திரங்களைத் தட்டி விடாமலிருந்தால் நீங்கள் ஒரு Mr. பர்ஃபெக்ட்.

கல்யாணம் நன்றாக நடக்கவேண்டுமே என்கிற கவலையுடன் பம்பரமாகச் சுழலும் பெண்ணின் தந்தை உங்கள் தலையைக் கண்டவுடன், 'சௌக்கியமா?' என்று கேட்டால், 'எங்கே ஸார்' என்று அவர் கையைப் பிடித்துக்கொண்டு ஆரம்பித்து, சமீபத்தில் உங்களுக்கு டெலிகேட்டான பகுதியில் நடந்த அறுவைச் சிகிச்சை பற்றி விவரமாகச் சொல்ல ஆரம்பிக்காமல், 'ஆமாம் சௌக்கியம்' என்று சொன்னால் நீங்கள் ஒரு Mr.பர்ஃபெக்ட்.

புஃபே விருந்தில் தட்டு நிறையக் குவித்து எடுத்துக் கொண்டு, ஐட்டங்களை வயிற்றில் கொட்டப் போகிறாரா அல்லது தரையில் கொட்டப் போகிறாரா என்ற பீதியை அருகில் உள்ளவர்களுக்கு ஏற்படுத்தாமல், கைகளை ஸ்டெடியாக வைத்துக்கொண்டு நின்றால், நீங்கள் ஒரு Mr. பர்ஃபெக்ட்.

மெல்லிசை நிகழ்ச்சியில் உரத்த குரலில் பாட ஆரம்பிக்கப்படும் விரசமான சினிமாப் பாட்டுக்கு உங்கள் பிள்ளை திடீரென்று எழுந்து நின்று வாலறுந்த பல்லி மாதிரி குத்தாட்டம் ஆடாமல் பார்த்துக் கொண்டால் நீங்கள் ஒரு Mr. பர்ஃபெக்ட்.

மருத்துவ மனைமாட்சி 4

குடி, சிகரெட் என்று களிப்புடன் கூத்தடித்துக் கொண்டிருந்த உறவினரை, ‘போய்ப் படு’ என்று ஆஸ்பத்திரியில் தள்ளிவிட்டது விதி. பிராண வாயுவை தானாகவே கிரகிக்க முடியாமல் திணறிய நுரையீரல்களுக்கு உதவியாக மூக்கு,வாய் வழியாகக் கருவிகள் இணைக்கப்பட்டு இருந்தன. மார்புக் கூடு மேலும் கீழும் எகிற, இடது பக்கம் தலை சாய்ந்து இருந்தது. உதடுகளில் வெளுப்பு. கண்கள் ஒருக்களித்த கதவுகளாகத் திறந்து இருந்தன.

‘அடப்பாவி! இப்படி ஆயிட்டியே! உனக்கு இதுவும் வேணும். இன்னமும் வேணும். குடி, சிகரெட்டை விடுடான்னு அடிச்சிக்கிட்டேனே கேட்டியா?’ன்னு அவரைப் பார்க்க வந்தவர் புலம்பினார். ஜடாயு மாதிரி இருந்தார்.

அவரைக் கோழியாக அமுக்கி, அறைக்கு வெளியே கொண்டு போய்ப் போட்டோம். ‘என்ன ஸார். இப்படியா பேஷன்டு கிட்டே பேசறது?’

'நாப்பது வருஷ பழக்கம்பா. தாங்க முடியலே. இந்தப் பாவிக்கு இன்னும் வேணும். படுபாவி, படுபாவி...'

டெரிலின் ஷர்ட், உல்லன் பேண்ட், டை, கோலோன் வாசனையுடன் பேஷன்ட்டைப் பார்க்க வருகிறார் மிஸ்டர் மதுசூதன்.

திங்கள் காலை ராகு காலம். ஷேவ் பண்ணிக் கொண்டிருக்கும் போது கடும் அட்டாக். வயசு நாப்பதுகூட ஆகவில்லை. படுக்கையில் கிடக்கிறார். அருகே விக்கித்து நிக்கும் மனைவி. சேலைத் தலைப்பைப் பிடித்துக்கொண்டு ஒரு குண்டு முகப் பெண்.

'வசந்தா, பயப்படாதேம்மா. டாக்டர் கிட்டே பேசினேன். சரியாப் போயிடும்னார். மீட்டிங் இருக்கு வரேன். என் செல் நம்பர் இதிலே இருக்கு. ராத்திரி ஏதாவது ஒண்ணுக் கிடக்க ஒண்ணு ஆச்சுன்னா எனக்கு ஃபோன் பண்ணு.'

சொந்த மாமா, 'ஒண்ணு கிடக்க ஒண்ணு ஆச்சு'ன்னா என்று சொல்லிவிட்டு மீட்டிங்குக்குக் கிளம்புகிறார். உறைந்துபோய் நிற்கிறாள் வசந்தா.

உங்கள் குமுறல்களுக்கும் பசப்பு வார்த்தைகளுக்கும் ஆஸ்பத்திரியில் இடமில்லை. மயிலிறகாகப் பேசாவிட்டாலும் அமிலத்தைத் தெளிக்க வேண்டாம்.

'எப்படி இருக்கான் ரவி?' அட்மிட் ஆகி இருக்கும் குழந்தையின் உடல் நிலை பற்றி மிஸ்டர் உளறு வாய் விசாரிக்கிறார்.

'சதையை வெட்டி எடுத்துண்டு போயிருக்காங்க. ரிசல்ட் நாளைக்குத்தான் தெரியும்.'

தலையை ஆட்டி விட்டுப் போனவர், மறுநாள் இரவு ஃபோன் பண்ணுகிறார்.

'சங்கரா! குழந்தைக்கு அடாப்ஸி பண்ணித்தே. என்ன ஆச்சு?'

முகம் வெளிறிய சங்கர், பதில் சொல்லாமல் ஃபோனை படக் கென்று அறைந்து வைத்து விடுறான்.

'பையாப்ஸிக்கும், அடாப்ஸிக்கும் வித்தியாசம் தெரியாத இடியட்' என்று உடல் நடுங்க முணுமுணுக்கிறான்.

மருத்துவ மொழி நன்றாகத் தெரிந்தால் ஒழியப் பேசி, இதயத்தைக் கத்தியால் ஆப்பிளாகப் பிளந்துவிடாதீர்கள்.

'டாக்டர். நாலு நாளா டிரை காஃப். உப்பு போட்டுச் சுடு தண்ணி கொப்பளிச்சேன் கேக்கலே.'

'அப்படியா?'

'சித்தரத்தை, வால் மிளகு கலந்து பண்ணின பாட்டி வைத்தியக் கஷாயம் குடிச்சுப்பாத்தேன். போகலே.'

'அப்புறம்?'

'ஹால்ஸ், விக்ஸ் போட்டுக்கிட்டேன். கேக்கலே.'

'அப்படியா?'

'வீட்டிலே மீதி இருந்த பெனடிரில் அப்புறம் லிங்க்டஸ் காஃப் சிரப் குடிச்சுப்பாத்தேன். கேக்கலே.'

'அப்படியா?'

'ஆறு மாசத்துக்கு முன்னே இந்த பிராப்ளத்துக்கு என் மாமனாருக்கு டாக்டர் சுப்ரமணியம் இந்த மருந்துகளை எல்லாம் குடுத்தார். அதிலே மீதி இருக்கு. அவர் இன்னிக்கு லீவு. இதையே நானும் சாப்பிடலாமா?'

டாக்டர் சீனிவாச கண்ணன், தாடையைச் சொறிந்து கொள்கிறார்.

டாக்டரிடம் போவது கன்ஸல்ட் பண்ண. இன்ஸல்ட் பண்ண அல்ல.

சில டாக்டர்கள் ஜாலியாக ஜோக்கடிப்பார்கள்.

டாக்டரின் அறைக்கு நர்ஸ் கோபமாக வருகிறார்.

'ஒன்பதாம் நெம்பர் பேஷன்ட்டைக் கொஞ்சம் கண்டிச்சு வையுங்க டாக்டர்'

'ஏன் சிஸ்டர்? என்ன செஞ்சார்.'

'என்னைப் பாத்து கண்ணடிக்கிறார் டாக்டர்.'

'அப்படிச் செஞ்சிருக்க மாட்டாரேம்மா. ரொம்ப ரசனை உள்ளவர் ஆச்சே!'

பேஷன்ட்டாக ஆஸ்பத்திரிக்குள் நுழைந்து விட்டால், ஒன்பதாம் நெம்பர் பேஷன்ட் மாதிரி ஏடாகூடமாக ஏதாவது செய்து நர்ஸின் கோபத்துக்குப் பாத்திரமாகாதீர்கள்!

பிஸியாக இருக்கும் மெடிகல் ஷாப்புக்குள் தியாகராஜன் நுழைகிறார்.

'என்ன ஸார் வேணும்?'

'ரெண்டு நாளா மார்லே வலி. ஒத்தடம் குடுத்தேன் போகலே. முந்தா நாள் கோழிக் குழம்பு நிறைய சாப்ட்டுட்டேன். அதனால இருக்கும். லெஃப்ட் தோளிலே வலி வேற இருக்கு. மாடிப் படி ஏறினா மூச்சு வாங்குது. படபடன்னு இருக்கு. வாந்தி வேற வரா மாதிரி காப்ரா பண்ணுது. நேத்திக்குக் காரம் தூக்கலாப் போட்டு சிறுகிழங்கு செஞ்சாங்க. அதை நிறைய சாப்ட்டுட்டேன். அதனால இருக்கும்னு நினைக்கிறேன். ஏதாவது மருந்து தாங்களேன்.'

'ஸார், உடனே டாக்டரைப் போய்ப் பாருங்க ஸார்.'

'அவர் சும்மா இருக்க மாட்டார். இந்த டெஸ்ட் எடு. அதை எடுன்னு ஆயிரக்கணக்கிலே செலவு வெச்சுடுவாரு. அப்புறம் ஒண்ணுமில்லேன்னு சொல்லிடுவாரு. நீங்களே ஏதாவது குடுங்க. அவ்வளவு மருந்து அடுக்கி வெச்சிருக்கீங்களே? உங்களுக்குத் தெரியாத மருந்து மாயமா?'

ஆயிரம் மருந்துகளை விற்றவர் அரை வைத்தியராகி விடுவாரா?

மிஸ்டர் அறிவு ஜீவி, பேஷன்ட்டின் அறைக்குள் நுழைகிறார்.

'எப்படி இருக்கீங்க?' என்று கேட்டுவிட்டு, பதிலை எதிர்பார்க்காமல் கட்டிலில் தொங்க விட்டிருக்கும் மருத்துவ ரெக்கார்டுகளைக் கையில் எடுக்கிறார். அரை முட்டை வடிவ மூக்குக்கண்ணாடியைத் துடைத்து அணிந்துகொண்டு, ஒவ்வொரு வரியாகப் படிக்கிறார். நடுநடுவே, தலை அசைப்புடன், 'இது சரி இல்லை' என்று தன்னுடைய ரியாக்ஷனைக் காட்டி விட்டு, எக்ஸ்ரேக்களை ஒவ்வொன்றாக எடுத்து அவற்றை உலுக்கி விட்டு, ட்யூப் லைட்டுக்கு எதிராகத் தூக்கிப் பிடித்து ஆராய்ந்து, மோவாயைச் சொறிந்து கொள்கிறார். அவ்வப்போது பேஷன்ட்டின் பக்கம் பார்வையைத் திருப்பி பெருமூச்சு விடுகிறார். பின்னர் பேஷன்ட்டின் கட்டில் மேலேயே உட்கார்ந்து விடுகிறார்.

'பிராப்ளம் இருக்கு. ஆனா, இந்த ஆஸ்பத்திரியிலே குடுக்கிற மருந்துகள் சரி இல்லை. பொடன்ஸி அதிகம். தேவையே இல்லை.'

'அப்படியா?' என்கிறார் பேஷன்ட் கலவரத்துடன்.

'என்னைக் கேட்டா டிரீட்மெண்ட் லைனே சரியா இல்லை.'

'நெஜமாவா ஸார்' என்கிறார் பேஷன்ட் பீதியுடன்.

'என்னை ஒரு வார்த்தை கேட்டிருந்தா நான் உங்களை இந்த ஆஸ்பத்திரி பக்கமே தலை வெச்சு படுக்கச் சொல்லி இருக்க மாட்டேன். வெறும் பணம் பிடுங்கிகள். நீங்க ராயபுரத்திலே இருக்கிற அம்மணி நர்ஸிங் ஹோமுக்குப் போயிருக்கணும். அங்கதான் டாக்டர் சிங்கசாமி இருக்கார். இந்த மாதிரி வியாதி களுக்கெல்லாம் எக்ஸ்பர்ட்.'

'இப்ப என்ன ஸார் செய்யறது?' பேஷன்ட் அழாத குறையாகக் கேட்கிறார்

'ஹூம்?' என்று ஆழ்ந்து சிந்திக்கிறார். 'இனிமே ஒண்ணும் பண்ணறதுக்கு இல்லே. ஆனா ஒண்ணு செய்யலாம்.'

'சொல்லுங்க ஸார்' என்கிறார் பேஷன்ட் நம்பிக்கையுடன்.

'நீங்க இங்கேயே கன்டினியூ பண்ணுங்க, பாக்கலாம். ஏதும் ஆச்சுன்னா நா இருக்கேனே. வரட்டுமா?'

நோயாளிகளிடம் அவநம்பிக்கை விதைகளை விதைத்து விடாதீர்கள்.

ஆஸ்பத்திரிக்கு ஸ்டைலாக நுழைகிறார் மிஸ்டர் வி.ஐ.பி.

'கே.பி சந்தானம் எங்கே இருக்கார்? நேத்து ஓபன் ஹார்ட்டு சர்ஜரி ஆனவர். டாக்டர் ஹரிநாத் பேஷன்ட்.'

ஜோதிகா மாதிரி இருக்கும் கேரள நர்ஸ் ஓமனா, 'ஸாரே இப்போ விசிட்டிங் அவர் அல்லா. ஈ பேஷன்ட் ஐ.சி.யு.லே உண்டு.'

'இல்லே சிஸ்டர், ஒரு செகண்டு பாத்துட்டு வந்துடறேன். எனக்கு இந்த ஆஸ்பிடல் பி.ஆர்.ஓ. ராமநாதனைத் தெரியும். இன்னிக்குப் பாத்து அவர் அமெரிக்காவிலே இருக்கார்.'

‘ஓ! ஐ.சி.யூ. பேஷன்ட்டைக் காணும் பட்டில்லா. நிங்கள் இவ்வி டம் வந்தது ராங்காணும்.’

‘சிஸ்டர். இன்னும் அரைமணியிலே நான் சிங்கப்பூர் கிளம்ப றேன். அப்புறம் மலேஷியா, அமெரிக்கா.’

‘ஓ! ஸார், துபாயி போவாணும்? அங்கே என் அச்சன் உண்டு.’

‘அடுத்த மாசம் போவேன். ஒரே செகண்டு பாத்துட்டு ஓடி வந்துட றேன்.’

‘நோ, ஸாரே. வெரி ஸோரி.’

‘சிஸ்டர், எனக்கு மோகன்லாலைத் தெரியும். மம்முட்டி என் னோட கிளாஸ்மேட். வயலார் ரவி என்னைப் பாத்தா ஹலோ சொல்வார். கேரளா சி.எம்...’

‘ஸார், எந்தா இது? சீஃப் வர டைம் இது. வெளிலே போய்க்கோ.’

ஐ.சி.யூ. என்றால் நினைத்த நேரத்தில் I will see you **என்று பொருள் அல்ல!**

டாக்டர் வீட்டில் இரவு பதினொரு மணிக்கு ஃபோன் அடிக்கிறது. வெளியில் நாய் குரைத்துக் கொண்டு இருக்கிறது.

‘யாரு’ என்கிறார் டாக்டர் எரிச்சலுடன்.

‘நான்தான் டாக்டர் உங்க பேஷன்ட் உமாபதி.’

‘என்ன ஸார் வேணும், சொல்லுங்க.’

‘ஒரு பெரிய தப்பு ஆயிடுத்து டாக்டர்.’

‘என்ன தப்பு?’

‘இன்னிக்கு ராத்திரி, நான் சாப்பிடறதுக்கு முன்னாடி சாப்பிட வேண்டிய மாத்திரையை சாப்பிட்டதுக்கு அப்புறமும், சாப்பிடற துக்கு அப்புறம் சாப்பிட வேண்டிய மாத்திரையை சாப்பிடற துக்கு முன்னாடியும் சாப்ட்டுட்டேன் டாக்டர். எனக்கு ஏதாவது சீரியஸா ஆயிடுமா?’

‘ஒண்ணும் ஆகாது. பேசாமப் படுங்க.’

‘ஒரு நிமிஷம் இருங்க... டாக்டர், அப்போ எதுக்கு ஒரு மாத்திரையை சாப்பிடறதுக்கு முன்னாடியும் இன்னொரு மாத்திரையை சாப்பிட்டதுக்கு அப்புறம் சாப்பிடணும்னு எழுதிக் குடுத்தீங்கன்னு என் பெண்டாட்டி கேக்கச் சொல்றா?’

‘அப்போதான் நீங்க சாப்பாட்டை ஞாபகமா சாப்பிடுவீங்கன்னு தான். உங்க பிராப்ளமே சரியா சாப்பிடாததினாலேதான். ஃபோனை வைங்க ஸார். நாளைக்குக் காலையிலே நான் ஏழு மணிக்கு கிளினிக்கிலே இருக்கணும்.’

ஒரு நர்ஸிங் ஹோமில் காத்துக்கொண்டிருந்தேன். டாக்டர் அறையிலிருந்து ‘வீல்’ என்று ஒரு பெண்ணின் கத்தல்.

‘ஒண்ணுமில்லேம்மா. பயப்படாதீங்க’ என்று டாக்டரின் குரல்.

மறுபடியும் தொடர்ந்து பல ‘வீல்’கள்.

அந்தப் பெண் சிறிது நேரம் கழித்து வெளியே வந்தாள். அவர் கணவர் அவளைத் தாங்கிப் பிடித்துக்கொண்டு நடந்தார்.

உள்ளே போன நான் டாக்டரைக் கேட்டேன். ‘என்ன டாக்டர் அந்த லேடி அப்பிடிக் கத்திட்டாங்களே? ஏன்?’

‘கட்டியை வெட்டி எடுத்தேன்.’

‘அதான் அப்படிக் கத்திட்டாங்களா?’

‘சர்ஜரி அவங்களுக்கு இல்லே. அவருக்குத்தான். வெட்டப்பட்ட அவர் கல்லு மாதிரி சைலன்ட்டா இருந்தார். பாத்துக்கிட்டு இருந்த அந்தப் பெண் கத்தித் தீத்துட்டாங்க.’

சில பெண்கள் இடிதாங்கிகள். சில ஆண்கள் வலி தாங்கிகள்.

வயதானவருக்கு வார்டில் டயட் வருகிறது.

‘சிஸ்டர் என்ன இது?’

‘இட்லி ஸார். சாப்பிடுங்க.’

‘தொட்டுக்க? உப்பு சப்பில்லாத சாம்பாரா?’

‘ஸார், நீங்க உப்பு உறைப்பு சேத்துக்கக்கூடாது.’

‘சிஸ்டர் என்னை நீங்க சாகாமப் பாத்துக்கிட்டீங்க. ஆனா என் நாக்கை சாகடிச்சுட்டீங்க. சூடா வெஜிடபிள் கிச்சடி போட்டுக் கொண்டு வரச் சொல்லுங்க. உங்களுக்கு என் சொத்தையே எழுதி வைக்கிறேன்.’

‘கிச்சடியா? தாத்தா! கேசரியே குடுக்கிறேன். பத்து நாளைக்கு அப்புறம்.’

உடம்பு என்று வந்து விட்டால் வயிற்றையும் வாயையும் கட்டித் தான் ஆகவேண்டும். எனக்குத் தெரிந்த ஒருவர் பைபாஸ் ஆகி, நான்காம் நாள் ஐ.சி.யூ. வார்டில் இருக்கும்போது, கடத்திக் கொண்டு வரப்பட்ட ரோஸ் ஜாங்கிரியைச் சாப்பிட்டு மகிழ்ந்தார்.

ஜாங்கிரி அவரை என்ன செய்தது என்று தெரியவில்லை. ஆனால் அவர் திரைக்குள் ரகசியமாக ஜாங்கிரி தின்பதைப் பார்த்த நர்ஸ், மயக்கம் போட்டு விழுந்துவிட்டார்!

★

நீங்க Mr. பர்ஃபெக்டா?

உங்களுடைய அறுவைச் சிகிச்சை அன்று வந்து ரத்ததானம் செய்த முகம் தெரியாதவர்களை, டிஸ்சார்ஜ் ஆகி, வீடு திரும்பினவுடன் தொலை பேசியில் அழைத்து நன்றி தெரி வித்தால் நீங்கள் ஒரு Mr. பர்ஃபெக்ட்.

உங்கள் அனுபவம் கற்பித்த பாடத்தின்படி, முப்பது வயதைத் தாண்டிய நண்பர்களையும் உற வினர்களையும் கட்டாயம் மருத்துவ இன்ஷ்யூரன்ஸ் எடுத்துக் கொள்ளும்படி அறிவுரை வழங் கினால் நீங்கள் ஒரு Mr. பர்ஃபெக்ட்.

மருத்துவ ரிப்போர்ட்டுகளையும் பிரிஸ்கிரிப்ஷன்களையும், டாக்டர் பிரித்துப் பார்க்க வசதியாக ஃபைல் செய்து கொடுத்து, அவர் நேரத்தை

சேமித்தால் நீங்கள் பேஷன்ட்டுகளில் ஒரு Mr. பர்ஃபெக்ட்.

பொது நண்பர் வீட்டுக் கல்யாணத்தில் சாப்பிட்டுக் கொண்டு இருக்கும் டாக்டரின் அருகில் நின்று கொண்டு, அவருடன் சேர்ந்து உட்கார்ந்து சாப்பிட முடியாததின் காரணமான உங்கள் மலச்சிக்கலைப் பற்றி அவரிடம் விவரிக்காமல் இருந்தால் நீங்கள் ஒரு Mr. பர்ஃபெக்ட்.

டென்டல் கிளினிக்கில் அழகிய ரிசப்ஷனிஸ்டிடம் பற்களைக் காட்டாமல், டாக்டரிடம் மாத்திரம் காண்பித்து விட்டு வந்தால் நீங்கள் ஒரு Mr. பர்ஃபெக்ட்.

மருந்துக் கடையில், P.T.O. என்று எழுதப்பட்ட நீளமான பிரிஸ்கிரிப்ஷனைக் காட்டி, கடையில் உள்ள பாதி மருந்துகளை வாங்கிக் கொண்டு இருக்கும் அப்பாவி மனிதரின் முன்னால் வைக்கப்பட்ட மருந்துக் குவியல் களைப் பார்த்து 'ம்? இவ்வளவா?' என்று பெருமூச்சு விடாமல் இருந்தால் நீங்கள் ஒரு Mr. பர்ஃபெக்ட்.

பரிசோதனைக்காக உங்கள் ரத்தத்தை எடுக்கக் கூர்மை யான ஊசியுடன் வரும் சாந்தமான ஊழியரை, ராத்திரி வேளைகளில் சின்னத்திரையில் தமிழ் டப்பிங்குடன் காட்டப்படும் பீதிப் படங்களில் வரும் ரத்த உறிஞ்சிக் காட்டேரியாக வெறுத்துப் பார்க்காமல் இருந்தால் நீங்கள் ஒரு Mr. பர்ஃபெக்ட்.

பார்வையாளர்கள் நேரத்தில் பேஷன்ட்டுடன் பேசிக் கொண்டிருக்கும்போது, செக்கிங் கிட்டுடன் நர்ஸ் வந்தால், அவள் அசப்பில் ஹாலிவுட் அழகி ஆஞ்சலினா ஜோலி மாதிரி இருந்தாலும், அறைக்கு வெளியே போய் நிற்பவராயின் நீங்கள் ஒரு Mr. பர்ஃபெக்ட்.

அரை டஜன் ஆஸ்திரேலியா ஆப்பிளையும் ஆரஞ்சை யும் வாங்கிக் கொண்டு போன உங்களிடம், பேஷன்ட் 'அதை எல்லாம் சாப்பிடக் கூடாது' என்று நர்ஸ் கண்டிப் பாக சொல்லிவிட்டால், எப்படி அவற்றை வீட்டுக்குக் கடத்திக்கொண்டு போவது என்று திட்டம் தீட்டாமல் இருந்தால் நீங்கள் ஒரு Mr. பர்ஃபெக்ட்.

ஆடை பாதி ஆள் மீதி! 5

துக்கம் கேட்க வந்த கந்தசாமியின் உடையைப் பார்த்து திடுக்கிட்டார்கள். பல நாள்கள் அழுக்குக் கூடையில் புதைக்கப்பட்டு இருந்த கசங்கிய சட்டை. பழுப்பு நிற வேட்டி. டீக் கடையில் டேபிள் துடைக்கும் பணியில் ஈடுபட் டிருந்ததைப்போலக் காட்சி அளிக்கும் டவல்.

கடைசி மூச்சை விட்டு விட்டுச் சலனமில் லாமல் இருந்த லேட் ராஜாமணி, சலவை வேட்டி, சலவை சட்டை, நெற்றியில் விபூதி என்று பென்ஷனுக்காக பேங்குக்குப் புறப்படப்போகும் கோலத்தில் ஊதுவத்தி புகை சூழ கமகம என்று நீட்டாக நீள வாட்டில் படுத்து இருந்தார்.

'ராஜாமணி! போயிட்டயேடா' என்று கந்தசாமி நெருங்கியவுடன், என் சூட்சமக் கண்களுக்கு ராஜாமணியின் பூத உடலின் வலது கை, உமறுப் புலவர் புகழ்ந்து பாடிய செத்தும் கொடுத்த சீதக்காதியின்

கரத்தைப்போல உயர்ந்து, அவரது மூக்கை இறுகப் பிடித்துக் கொண்டதுபோலத் தோன்றியது.

சடலத்தைப் பார்க்கும் படலத்திலும் ஆடையில் கவனம் செலுத்த வேண்டாமா?

1960-களில் ஆலந்தூரில் நான் குடியிருந்த வீட்டின் ஓனர், பர்மாவி லிருந்து நடைப் பயணமாக வந்தவர். ஒவ்வொரு அங்குலமும் Mr. பர்ஃபெக்ட். எழுபது வயதைத் தாண்டிய அவர், இரண்டாம் தேதி அன்று சரியாக எட்டு மணிக்கு சலவைச் சட்டை, வேட்டி, மேல் துண்டு அணிந்து, கையில் வெள்ளிப் பூண் போட்ட தேன் கலர் தடி, பாக்கெட்டில் பேனா மற்றும் ஜோல்னா பையுடன் டொக் டொக் என்று கீழ் வீட்டிலிருந்து மாடிப்படி ஏறி வருவார். 'மிஸ்டர் ராகவன், மே ஐ கம் இன்?' என்று ஒப்புதல் கேட்டுவிட்டு உள்ளே வந்து உட்காருபவர், கொடுத்த வாடகைப் பணத்தை எண்ணாமல் ஜோபியில் போட்டுக் கொள்வார்.

காபி, டீ, மோர் குடிக்கமாட்டார். சரியாக இரண்டு நிமிஷம் வானிலை பற்றி மிருதுவான குரலில் பேசுவார். 'சரி, வரேன்' என்று சொல்லி, இரண்டு கைகளையும் கூப்பிவிட்டுப் படி இறங்கி, தன் வீட்டுக்குப் போய்ச் சலவை செய்த உடைகளை நீக்கி கதர் வேட்டி, கதர் பனியனுடன் சாய்வு நாற்காலியில் சாய்ந்து விடுவார்.

சிலர் நடையும் உடையும் வெறும் பாவனை அல்ல!

வக்கீலாகப் பூந்தமல்லியில் பணியாற்றி வந்த என் தகப்பனாருக்கு ராஜகோபால் என்ற ஒரு குமாஸ்தா இருந்தார். எங்கள் வீட்டின் ஒரு பகுதியிலேயே குடும்பத்துடன் வசித்து வந்த அவர், மாலை மற்றும் இரவு வேளைகளில் காஷுவலாக நான்கு முழ வேட்டி, மேல் துண்டு அணிந்திருக்கும்போது, எங்களில் ஒருவராக முற்றத் தில் கிரிக்கெட், ஒளிஞ்சிக்கிற விளையாட்டுகள் கூட ஆடுவார்.

அது ஃபிரெண்ட் ராஜகோபால்.

காலை எட்டு மணிக்குக் குளித்து முழுகி விட்டு வேட்டி, சட்டை திருமண் போட்டு, கட்சிக்காரர்கள் புடை சூழ சாய்வு மேசை எதிரே உட்கார்ந்தால், ஃபிரெண்ட் ராஜகோபால் கோர்ட்டு ராஜகோபாலாக மாறிவிடுவார். எங்களைப் பார்த்தும் பார்க்காதது போல சீரியஸாகி விடுவார்.

‘சட்டை போட்டுண்டா ராஜகோபால் மாமா மாறிப் போயிட றார்டா. அவரைப் பாக்கவே பயமா இருக்கு’ன்னு என் தங்கை பல முறை சொல்லி இருக்கிறாள்.

டென் கமான்ட்மெண்ட்ஸை தயாரித்த செஸில் பி. டிமில்லியை காஸ்ட்யூம் டைரக்டர், அந்தப் படத்தில் அரசவையில் டயலாக் பேசாமல் சும்மா வந்துபோகும் கேரக்டர்களுக்கு விலை உயர்ந்த ஆடைகள் தேவையா என்று கேட்டார். ‘கட்டாயம் வேண்டும். விலை உயர்ந்த ஆடையைப் போட்டுக்கொண்டு இருக்கிறோம் என்கிற நினைப்பே அவர்களுக்கு ஒரு மிடுக்கைக் கொண்டு வந்து விடும், மூவ்மெண்டில் ஒரு கம்பீரத்தைக் கொண்டு வந்து விடும்’ என்றாராம் டிமில்லி.

நாய்கள் வாலை ஆட்டும். ஆனால் சில வால்கள் நாயையே ஆட்டி வைக்கும்!

விஞ்ஞானி விஸ்வேஸ்வரய்யா வீட்டில் ஓய்வெடுத்துக் கொண்டு இருந்தபோது, ஆபீஸில் வேலை செய்யும் ப்யூன் கல்யாணத்துக்குப் பத்திரிகை கொடுக்க அவரைப் பார்க்க வந்தார். அவரைக் காத்திருக்கும்படி சொல்லிவிட்டு விஸ்வேஸ்வரய்யா அவரது பிராண்ட் பஞ்சகச்ச வேட்டி, சட்டை, கோட், டர்பன் அணிந்து ப்யூன் முன் தோன்றி கல்யாணப் பத்திரிகையை வாங்கிக் கொண்டார்.

‘ஒரு ப்யூனுக்கு இவ்வளவு மரியாதையா?’ என்று கேட்டபோது, ‘அவரும் மனிதர்தானே! சமூகத்தில் உயர்ந்த அந்தஸ்தில் உள்ள ஒருவர் என்னைப் பார்க்க வந்தால் நான் இந்த உடையில்தானே அவரைப் பார்த்திருப்பேன்’ என்று பதிலளித்தாராம்.

வணிகர்களுக்காக நடத்தப்போகும் விளக்க உரைக் கூட்டத் துக்கு ஆடிட்டர் அனந்து சுப்ரமணியன் கிளம்பிக் கொண்டிருந் தார்.

நீல பேண்ட் அணிந்துகொண்டு, படுக்கையின் மேல் வைக்கப் பட்டிருந்த வெள்ளைச் சட்டையை எடுக்கக் கை நீட்டியவரின் முகத்தில் ஒரு புன்னகை.

‘வசந்தி, இங்கே வாயேன். இந்த சட்டை வேணாம். அந்தக் கோடு போட்ட சட்டையைக் கொண்டு வா?’

‘ஏன்? அது லக்கி சட்டையா?’

‘இல்லை, அதைப் போட்டுட்டா மதிப்புக் கூடினா மாதிரி இருக்கும்.’

‘மதிப்புக் கூடினா மாதிரியா? எப்படி?’

‘இன்னிக்கு நான் போறதே Vatங்கிற மதிப்புக் கூடுதல் வரியைப் பத்தி வியாபாரிகளுக்கு விளக்கிச் சொல்லத்தானே. இந்தச் சட்டையைக் காமிச்சு நகைச்சுவையோட பேச்சை ஆரம்பிக்கலாம்.’

அந்தக் காலத்தில் பூந்தமல்லி உயர்நிலைப் பள்ளிக்கு வந்த ஒரு டி.ஈ.ஓ. குழுமியிருந்த ஆசிரியர்களிடம், பள்ளிக்கூடத்துக்கு கோட்டு போட்டுக்கொண்டு வரவேண்டும் என்று சொல்லி இன்ஸ்பெக்ஷனை முடித்துவிட்டுப் போய்ச்சேர்ந்தார். ஆங்கிலப் பிரபு ரேஞ்சில் மூன்று பீஸ் ஃபுல் சூட்டில் பள்ளிக்கு வந்துகொண்டிருந்த தலைமை ஆசிரியரும் தன் பளபள தலையை பலமாக ஆட்டி ஒப்புதலை அளித்தார். அவருக்கென்ன? பண வசதியுள்ள வயதான கட்டை பிரம்மச்சாரி!

சில ஆசிரியர்கள் காமாசோமாவென்று கோட்டுகளைத் தைத்துப் போட்டுக்கொண்டு, சோளக்கொல்லை பொம்மையாகக் காட்சி அளித்து மாணவர்கள் கண்களில் நீர் வரும்வரை சிரிக்க வைத்தார்கள். ஒல்லியான டிராயிங் மாஸ்டரை அவருடைய ஆத்ம சகா டிரில் மாஸ்டர் சீண்டினார். ‘கோட்டு எங்கேன்னு ஹெட்மாஸ்டர் கேட்டா என்ன செய்யப் போறீங்க ஸார்?’

சீரியஸான முகத்துடன் சட்டைப் பையிலிருந்து ஒரு காகிதத்தை டிராயிங் மாஸ்டர் எடுத்துக் காண்பித்தார். அதில் ஒரு கோட்டின் படம் அழகாக வரையப்பட்டிருந்தது.

‘என்ன ஸார் இது?’

‘டி.இ.ஓ என்ன சொன்னார்? கோட்டு போட்டுட்டுத்தானே வரச் சொன்னார். அதான் கோட்டின் படம் போட்டுக்கிட்டு வந்திருக் கேன். ஏழை டிராயிங் மாஸ்டராலே வேற என்ன செய்ய முடியும்?’

நகைச்சுவை என்பது ஒருவர் அணிய வேண்டிய நளினமான உடை.

சர்க்கஸ் ரிங் மாஸ்டர், மற்றும் ‘சி’ சென்டரைக் குறி வைத்து எடுக்கப்படும் தெலுங்குப் பட கதாநாயகன் மாதிரி சிவப்பு கலர்

பேண்ட், மேட்சிங்காக பச்சை கலர் சொக்காய் மற்றும் டிஸ்கோ கூலிங்கிளாஸைப் போட்டுக்கொண்டு வந்த வட இந்திய நண்பரின் உறவினர் ஜுகல் நதானியை கபாலி கோயிலுக்கு அழைத்துக்கொண்டு போகும் துர்பாக்கியம் எனக்குக் கிட்டியது. வழியில் ஒரு ஜோஸ்யரை வேறு பார்க்கவேண்டும்.

நடுத்தெருவில் நாங்கள் இறங்கினவுடன் அவரைப் பார்த்து ஒரு நாய் குரைத்தது. குரைக்காத மற்றொரு நாய் 'கர்' என்று கோபித்து அவரைக் கண்ட இடத்தில் பிடுங்க வந்தது.

'என்னய்யா இது?' என்று என்னைப் பார்த்து ஜோஸ்யர் புருவத்தை உயர்த்தினார். 'கழட்ட மாட்டேங்கிறார். ஏதாவது வழி சொல்லுங்களேன்' என்றேன்.

கிரக பலன்களைச் சொன்ன ஜோஸ்யர், பரிகாரமாக ஒரு மண்டலத்துக்கு வெள்ளை உடைகளை மட்டும் அணிந்து கொள்ளவும் என்று சொல்லி வைத்தார்.

'கப் ஸே, பண்டிட்ஜீ?'

'அபி ஸே, சேத்ஜி' என்றார் ஜோஸ்யர்.

லஸ்ஸிலிருந்த ரெடிமேட் கடைக்கும் போய் வெள்ளை சட்டை, வெள்ளை வேட்டி வாங்கி, அங்கேயே அணிந்து கோயிலுக்கு வந்து ஜுகல் என் வயிற்றில் (வெண்ணிறப்) பாலை வார்த்தார்.

கிராமத்திலிருந்து ஒரு கல்யாணத்துக்காக வந்த என் உறவினர், என்னுடைய பெட்ரூமில் உள்ளடங்கிய பாத்ரூமில் குளிக்கப் போனார்.

உடை மாற்றிக்கொண்டு வெளியே வந்த அவரைப் பார்த்து வாயைப் பிளந்தேன்.

'அட! எங்கிட்டேயும் இதே மாதிரி ஷர்ட் வேட்டி இருக்கே!' என்றேன்.

விஷமப் புன்னகை புரிந்தார் அவர்.

'இது உங்க வேட்டியும், சட்டையும்தான். அலமாரிலேர்ந்து எடுத்துக்கிட்டேன். என்னோட டிரஸ்ஸை அவ பெட்டியிலே வைக்க மறந்துட்டா. ஜடம், ஜடம். இந்த டிரஸ் கச்சிதமா இருக்கு இல்லே?' என்று கண்ணாடி முன் இப்படியும் அப்படியுமாகத் திரும்பிப் பார்த்துக்கொண்டார்.

> **மாற்றான் தோட்டத்து மல்லிகை மணக்கிறதே என்று பறித்து விடாதீர்கள்!**

ஆபீஸுக்கு முழுக்கைச் சட்டை, பேண்ட். சினிமா, ரிசப்ஷன் மற்றும் புத்தகக் கடைகளுக்கு ஜீன்ஸ், டி ஷர்ட். கோயிலுக்கு வெள்ளை வேட்டி, சட்டை என்று என்னுடைய நண்பர் ஒரு பொது நியதியை வைத்திருக்கிறார். உடைகளை ஏ, பி, சி, டி என்று வரிசைப்படுத்தி வைத்திருப்பதைப் பற்றி அவரே சொல்லக் கேட்கலாமா?

'ஏ' பிரிவு உடைகள் வெளிநாடு மற்றும் கல்கத்தா, டெல்லி, மும்பை என வெளி இடங்களுக்கு ஆபீஸ் வேலையாகப் பறந்து போகும்போது போட்டுக்கொள்ளப் பிரத்யேகமாக வைக்கப் பட்ட உடைகள்.

'பி' பிரிவு உடைகள் சென்னையில் தினந்தோறும் அலுவலகம் போய் வர.

'சி' பிரிவு பொழுதுபோக்குக்காக வெளியே செல்லும் போது போட்டுக்கொள்ள.

'ஆபீஸில் பிரமோஷன் கிடைப்பதுபோல, இந்த உடைகளுக்கு பிரமோஷன் கிடையாது. டிமோஷன்தான் கிடைக்கும். காலப் போக்கில், 'ஏ' பிரிவு உடைகள் 'பி' பிரிவுக்கும், 'பி' 'சி'க்கும் 'சி' 'டி' பிரிவுக்கும் தள்ளப்பட்டுவிடும்.

'டி' பிரிவு உடைகளை என்ன செய்வேன் என்று கேட்கிறீர்களா? அவை 'ஈ' பிரிவுக்குத் தாவிவிடும். சலவை செய்யப்பட்ட நிலை யில் பழைய உடைகள் நன்றியுடன் பெற்றுக்கொள்ளும் இல்லங் களைப் போய்ச் சேர்ந்துவிடும்.'

> **'ஏ' சர்டிபிகேட் பெற்ற இவரது உடைகள் மிகவும் கௌரவமாக இருக்கும் போலிருக்கு!**

டிசம்பர் சீஸனில் ஒரு நாள் மாலை. சபா கேன்டீனில் இறக்குமதி செய்யப்பட்ட வாசனை திரவியத்தை, உடலில் ஏற்றுமதி செய்து கொண்டு, ஒரு பெண்மணி நாற்காலியில் உட்காருகிறார்.

'இங்கே யாரும் இல்லையா?' என்று அக்கம்பக்கம் பார்த்துக் குரல் கொடுக்கிறார்.

'என்ன வேணும் சொல்லுங்கோ?' வெள்ளை நிற வேட்டி சட்டை அணிந்த அறுசுவை, கைகளைக் கட்டிக்கொண்டு கேட்கிறார்.

'டேபிளை முதலில் க்ளீன் பண்ணச் சொல்லுங்கோ. பாக்கவே சகிக்கலை.'

சிறிதும் யோசிக்காமல், கஞ்சி போட்ட மொடமொட தும்பைப்பூ சலவை வேட்டியின் முனையைத் தூக்கி அவர் அந்த டேபிளைக் க்ளீன் பண்ணுகிறார்.

'ஸார், ஸார்,வாட் ஈஸ் திஸ்?' என்றுகூடக் கேட்க முடியாமல் அந்த லேடி வாயடைத்து நிற்கிறார்.

'உங்களை உடனே கவனிக்கிறதுதான் முக்கியம். இந்த வேட்டி கிடக்கிறது. என்ன வேணும் சொல்லுங்கோ. சூடா அசோகா அல்வா சாப்பிடறேளா? டேய் நாராயணா...'

வைத்தீஸ்வரன் கோயில், கும்பகோணம், தஞ்சாவூர் என்று டூர் போக ரமணியின் தலைமையில் ஒரு பெரிய குரூப்பாக ஆம்னி பஸ்ஸில் கிளம்புகிறார்கள்.

'ஏண்டா ரமணி, இந்த சிவப்பு டி ஷர்ட்டை விட மாட்டியா? அதுவும் டூருக்குப் போனா இதைத்தான் போட்டுட்டு வரணும்னு ஏதாவது சட்டமா?' ஆளை அடிக்கிறமாதிரி ஒரு கலர். நீயும் உன் டேஸ்ட்டும்' ரமணியின் அக்கா கேலியுடன் கேட்கிறாள்.

'போம்மா. ரமணி அங்கிளோட இந்த ரெட் கலர் டி ஷர்ட்டுதான் லைட் ஹவுஸ் மாதிரி. போன தடவை என்னை சிதம்பரம் கோயிலிலே விட்டுட்டுப் போயிட்டீங்களே. தூரத்திலேந்து இந்த ஷர்ட்டைப் பாத்துதான் நான் கண்டுபிடிச்சேன். அன்னிக்கு நான் தொலைஞ்சு போயிருந்தேன்னா...'

★

நீங்க
Mr. பர்ஃபெக்டா?

வீட்டில் காஷுவலாக இருக்கும்போது, திடீரென்று விசிட்டர்கள் வந்துவிட்டால், சொக்காய் போட்டுக்கொள்ளாமல் ஆடும் பரதநாட்டிய ஆண் கலைஞர் மாதிரி அவர்கள் முன்னால் தோற்றமளிக்காமல், சட்டென்று சட்டையை அணிந்து கொண்டு வந்தால் நீங்கள் ஒரு Mr. பர்ஃபெக்ட்.

ருமாலி ரொட்டியாகச் சுருட்டிய பொடிக்கலர் கர்சீப்பை, அழுக்காகாமல் இருக்க காலர் பின்னால் வைக்காமலும், பதினைந்து வருஷங்களாக மாற்றாமல் உபயோகிக்கும் சிறிய சீப்பைச் சட்டை பாக்கெட்டில் துருத்தி வைக்கா மலும், சாமி படங்கள் வைக்கப்பட்ட பர்ஸைப் பேண்ட் பின் பக்கத்தில் சொருகி வைக்காமலும் இருந்தால் நீங்கள் ஒரு Mr. பர்ஃபெக்ட்.

ஒருநாள் கூத்தான மாறுவேடப் போட்டிக்காக பைலட் அல்லது டாக்டர் உடையை உங்களுடைய இரண்டாம் வகுப்பு படிக்கும் பிள்ளைக்காகத் தைக்க பெருமையுடன் செலவு செய்வதோடு, வீட்டில் சமையல் அறையில் புழுங்கும் உங்கள் தாயாரின் பலநாள் தேவைக்கேற்ப புடைவைகளையும் வாங்கிக் கொடுத்தால் நீங்கள் ஒரு Mr. பர்ஃபெக்ட்.

ரயிலில் பயணம் செய்யும்போது, இரவில் படுக்கப் போகுமுன் எல்லோர் முன்னிலையிலும் பேண்ட்டில் இருந்து வேட்டிக்கோ அல்லது லுங்கிக்கோ காபரே ஷோவாகத் தாவாது இருந்தால் நீங்கள் ஒரு Mr.பர்ஃபெக்ட்.

வலிக்கும் உங்கள் கால்களை மின் வண்டி எதிர் சீட்டில் காக்கா கதை சொல்லும் கிராமத்து மூதாட்டி மாதிரி நீட்டி வைத்து, அங்கு வந்து உட்காருபவரின் உடையை அழுக்கு ஆகாமல் பார்த்துக்கொண்டால் நீங்கள் ஒரு Mr. பர்ஃபெக்ட்.

பாடுபட்டு சேர்த்து வைத்த பணத்தைக் கோடு போட்ட அண்டர்வேரிலிருந்து எடுக்க, பெண்கள் நடமாடும் இடத்தில் வேட்டி முனையைத் தூக்காமல் இருப்பவராக இருந்தால் நீங்கள் ஒரு Mr. பர்ஃபெக்ட்.

எஸ்.எல்.வி. ராக்கெட்டிலிருந்து எம்பெருமான் சன்னதிக்குள் வரை எங்கே போனாலும் வேட்டியை அரைக் கம்பத்தில் மடித்துக் கட்டிக் கொண்டு காட்சி அளிக்காதவராய் இருந்தால் நீங்கள் ஒரு Mr. பர்ஃபெக்ட்.

புத்தக அங்கங்கள் 6

சர்மா வீட்டில் அப்பளக் கட்டுகள் போலப் புத்தகங்கள் அடுக்கி வைக்கப் பட்டு இருக்கும்.

'சுவற்றில் உள்ள செங்கல்களைவிட, ஷெல்பில் உள்ள புத்தகங்கள் அதிகம்' என்று அவர் சொன்னாலும் ஆச்சரியப் படுவதற்கு இல்லை.

பொக்கை வாயைக் காட்டிச் சிரிக்கும் ஓர் அழகிய குழந்தையை, அதிஜாக்கிரதை யாகத் தூக்கிக் கொள்வதுபோலத்தான் சர்மா ஒரு புத்தகத்தைக் கையில் எடுப்பார். குழந்தையை உச்சி மோரு வதுபோல புத்தகத்தைப் பிரித்து, பரவ சத்துடன் வாசனை பார்ப்பார்.

தாவரங்களுக்கு உயிர் உண்டு என்று அறிவித்தார் ஜகதீஷ் சந்திர போஸ். புத்தகங்களுக்கும் உண்டு என்று நம்பும் சர்மா, அவற்றை முன்யோசனையுடன் அலமாரிகளில் அடுக்கி வைத்திருப் பார்.

தப்பித் தவறிக்கூட ராஜாஜியின் ராமாயணத்தை வாத்ஸாயனரின் காமசூத்திரா பக்கத்தில் பார்க்க முடியாது. விவேகானந்தர் பொன் மொழிகள் மதன காமராஜனின் அருகில் இருக்காது. திருப்புகழ் அருகிலே டி.எச். லாரன்ஸ் இருக்க மாட்டார்!

'புத்தம் புதிய புத்தகமே உன்னைப் புரட்டிப் பார்க்கும் கவிஞன் நான்' என்ற ரொமான்டிக் வரிகள் சர்மாவைப் பொறுத்தவரையில் பழைய புத்தகங்களுக்கும் பொருந்தும்!

எந்தப் புத்தகத்தையும், அரிதான *1858*-வது வருஷ முதல் பதிப்புப் பிரதி கைக்குக் கிடைத்ததுபோல சர்வ ஜாக்கிரதையாகப் புரட்டுவார். கை தவறி தரையில் விழுந்து விட்டால் பதறிவிடுவார். 'தொப்புனு விழுந்திட்டியாம்மா கண்ணு? அடிபட்டுதா? தரையை அச்சுடலாம். அழாதே!' என்று கீழே விழுந்த சேயை ஒரு தாய் தேற்றுவதுபோலப் புத்தகத்தைத் தடவிக் கொடுப்பார்.

நாய்க்குட்டியின் காதைப் பிடித்துத் தூக்குவதுபோலப் புத்தகத்தைத் தூக்கினால் அதற்கு வலிக்காதா?

பூந்தமல்லியில் இருந்த குமாரசாமி 'மொயாவ், மொயாவ்' என்று கத்தித் தொந்தரவு செய்யும் வளர்ப்புப் பூனையைக் குறி பார்த்து அடித்து விரட்ட கையிலிருக்கும் புத்தகத்தை வீசுவார்.

'அட மூடா! நீ தூக்கி எறிந்த புத்தகப் பிரதிக்கு ஒரே ஒரு உயிர். ஆனால் பூனையான எனக்கு ஒன்பது உயிர். மறந்துடாதே. மொயாவ்!' என்று சொல்லாமல் சொல்லிவிட்டு பூனை இடத்தைக் காலி பண்ணும்.

கிராஸ்வேர்டு போடும் கிச்சாமி, இடமிருந்து வலம் மற்றும் மேலிருந்து கீழுடன் மல்லுக்கு நின்று களைப்படைந்து, குண்டு சேம்பர்ஸ் டிக்ஷனரியைத் தலைக்கு மணையாக வைத்து அரைத் தூக்கம் போடுவார். அந்த டிக்ஷனரியின் அட்டை, எண்ணைப் பிசுக்கோடு அழுது வடியும்.

கால் ஒடிந்த மேஜையை மற்ற கால்களுடன் சமன் செய்து சீர் தூக்கி நிறுத்த வில்லிபாரதத்தை முட்டு வைத்திருப்பார். பஜ்ஜி, போண்டா,வெங்காய வடை சாப்பிடும்போது, விரல்களில் படிந்த எண்ணெய்க் கறைகள் அவர் ஓசியில் வாங்கிக்கொண்டு போய்ப் படிக்கும் எல்லாப் புத்தகங்களிலும் தடயங்களாக இருக்கும்!

விட்டு விட்டுப் படிக்கும் வழக்கம் உள்ளவராகையால் நூறு பக்கங்கள் உள்ள ஒல்லிப் புத்தகங்களிலும் குறைந்தது நாற்பது பக்கங்கள் மூலையில் மடிக்கப்பட்டு இருக்கும். அவர் வீட்டில் திடீரென்று ஹெலிகாப்டராகப் பறந்து வருகை தரும் கரப்பான் பூச்சிகளை, கையிலிருக்கும் ஓசிப் புத்தகங்களாலேயே அடித்து வதம் செய்வார். ஒருமுறை சுருட்டிய சுத்த வாக்கிய பாம்புப் பஞ்சாங்கத்தால் ஒரு பூரானை அடித்து, அந்தத் தடயத்தை அடுத்த தமிழ் வருஷம் வரை வைத்துப் பாதுகாத்து இருந்தார்.

ஆபீஸுக்குப் போகும் வீரராகவன், மின் வண்டியில் படிக்க எடுத்துப் போகும் ஹாட்லி சேஸ் புத்தகம், முதுகுக்குக் கீழ் பகுதியில் பேண்ட்டுக்குள் சொருகப்பட்டு இருக்கும்.

சரஸ்வதி பூஜை அன்று வழிபாடு; மற்ற நாள்களில் இழிபாடா?

நகைச்சுவை எழுத்தாளர் ஒருவர் பழைய புத்தகக் கடையில் புத்தக அடுக்குகளைப் பார்க்கும்போது, அந்த மாத முதல் வாரம் வெளிவந்த அவருடைய நகைச்சுவை நாவல் அங்கே இருப் பதைப் பார்த்து வியப்படைகிறார்.

'அட! அதுக்குள்ள இங்கே வந்தாச்சா! 'என்ற வியப்புடன் அதைப் பிரித்துப் பார்த்தவரின் முகத்தில் சிறிய கோபம். பின்னர் ஒரு குறும்புப் புன்சிரிப்பு.

பாதி விலை கொடுத்து வாங்கிய அந்தப் புத்தகத்தை வீட்டுக்குக் கொண்டு போகிறார்.

தலைப்புப் பக்கத்தில், 'அன்பு நண்பர் சீனுவின் முதல் வாசிப்புக் காக' என்று அவர் கையால் ஒரு மாதம் முன் எழுதப்பட்ட குறிப்பின் கீழ், 'அன்பு நண்பர் சீனுவின் மறு வாசிப்புக்காக' என்று எழுதி, அன்றைய தேதி போட்டு கையொப்பமிட்டு கூரிய ரில் அனுப்பி வைக்கிறார்.

தானம் பெற்ற மாட்டை சந்தையில் விற்று விடுவதா?

'அங்கிள், அப்பா ஹிண்டு பேப்பரை வாங்கிண்டு வரச் சொன் னார்.'

பேப்பரைப் படித்துக்கொண்டிருக்கும் சங்கரன் பெருமூச்சு விடு கிறார். பேப்பர் கூட காசு கொடுத்து வாங்க வசதி இல்லையே என்று பொருமுகிறார்.

முதல் பக்கத்தை எடுத்து அன்று எத்தனை பக்கங்கள் என்று பார்த்துவிட்டு, எல்லாம் சரியான வரிசையில் இருக்கிறதா என்று செக் செய்கிறார். மெயின் செக்ஷனுடன் மெட்ரோ பிளஸ்ஸைப் பொருத்தி இணைக்கிறார்.

இருக்கும் ஒரே ஒரு பட்டுப் புடைவையை கல்யாணத்துக்குப் போய் வந்த பின் மடிக்கும் அவரது மனைவியின் கவனத்தோடு பேப்பரை எடுக்கிறார். அதை உயரத் தூக்கி மேல் கீழ் இடது பக்கங்களில் துருத்தி இருக்கிறதா என்று சரி பார்த்து விட்டுப் பேப்பரை லாகவமாக நான்காக மடித்து, 'இந்தாப்பா, தேங்க்ஸ்' என்று பையனிடம் திருப்பித் தருகிறார்.

சூப்பர் சீனியர் சிட்டிஸன் பிரபாகரைப் போய்ப் பார்த்தேன். அவருடைய ஒரே மகன் அமெரிக்காவில் பி1 விசாவோடு கோலோச்சிக்கிட்டு இருக்கிறான். அவர் மனைவிக்கு மேல் உலகம் போக விண்ணப்பிக்காமலேயே சென்ற வருஷம் விசா கிடைத்துப் போய்ச் சேர்ந்துவிட்டாள். அமெரிக்கா போக மாட்டேன் என்று அடம்பிடித்த பிரபாகரை, அதான் பாதுகாப்பு என்று காட்டாங்கொளத்தூரில் உள்ள வசதியான ஒரு முதியோர் இல்லத்தில் சேர்த்து விட்டார்கள். அடுத்த வாரம் வீட்டைக் காலி பண்ணிக்கொண்டு போகவேண்டும்.

பிரபாகர் சோகமே உருவாக உட்கார்ந்து இருந்தார்.

'என்னைச் சுத்தி இவ்வளவு புத்தகங்கள் இருக்கு. அம்பது வருஷமா குருவி சேர்த்தா மாதிரி பாத்துப் பாத்து வாங்கிச் சேர்த்தது. இதை எல்லாம் என்ன செய்யறதுன்னு தெரியலே? நீ எடுத்துக்கிட்டு போறியா?'

'ஸார், ஆசையாத்தான் இருக்கு. ஆனா என் வீட்டில் ஏற்கெனவே திரும்பின இடமெல்லாம் புத்தகங்கள். கட்டிலுக்குக் கீழே, டிவி மேலே கூட இருக்கு. சமையல் கட்டுக்குள்ளேதான் நுழையலை.'

பிரபாகர் பெருமூச்சு விட்டார்.

'இப்போல்லாம் பழைய துணிகளையும் பழைய புத்தகங் களையும் டிஸ்போஸ் பண்ணறது பெரும் பாடா இருக்கு இல்லே'ன்னு கேட்டேன்.

'பழைய ஆள்களையும்' என்று பெருமூச்சு விட்டார்.

குவித்த சொத்து மக்களுக்கு. குவித்த புத்தகங்கள்?

என் வீட்டுக்கு வந்த சுவேஷ் மேசை மேலிருந்த புத்தகத்தைப் பார்த்து வியந்தார். ஐயாயிர வருஷ சீனாவின் சரித்திரத்தை இருநூறு பக்கங்களில் ஜ ூஸாகப் பிழியப்பட்ட சுவையான புத்தகம். 'அட! அருமையான புத்தகம் ஸார். எங்க வாங்கினீங்க?' என்று கேட்டார்.

சுவேஷ் வேலை நிமித்தமாக ஆறு மாதத்துக்கு ஒரு முறை சீனா போகிறவர்.

'லேண்ட்மார்க்கில். வேணுமானா எடுத்துட்டுப் போய் படித்து விட்டுக் கொடுங்களேன்' என்றேன்.

'நோ ஸார். அந்தப் பழக்கமே எனக்குக் கிடையாது. நான் விலை குடுத்து வாங்கிக்கிறேன்' என்று புத்தகத்தின் ஐஎஸ்பிஎன் நம்பரை குறித்துக்கொண்டு போனவர், நாலு நாளில் தொங்கிய முகத்துடன் வந்தார்.

'எங்கேயும் கிடைக்கவில்லை' என்று சொன்னார்.

நான் வற்புறுத்தியதால் என்னிடமிருந்து அந்தப் புத்தகத்தை வாங்கிக் கொண்டு போன அவர், அடுத்த வாரம் அதைத் திருப்பிக் கொடுத்தார். அழகாக பிளாஸ்டிக் அட்டை போட்டிருந்தது. கூடவே ஒரு சின்ன புத்தகத்தை இணைப்பாகக் கொண்டு வந்தார். 'ரொம்ப தேங்க்ஸ் ஸார்' என்றார்.

'கூட இது என்ன சின்ன புத்தகம்? அட! ஷெல்லியின் கவிதை களா! அழகா இருக்கே. ஏது இது?'

'அது வட்டி ஸார்.'

'வட்டியா?'

'ஆமா, ஸார்... நான் புத்தகத்தைக் கடன் வாங்கிறதில்லே. மொத முறையா வாங்கி இருக்கேன். மனசாட்சி உறுத்தாம இருக்க இதை வட்டியா குடுத்திருக்கேன்.'

புத்தகங்கள் நீங்கள் போடும் முதல். அவை தரும் வட்டியைக் கணக்கிட முடியாது.

எனக்குத் தெரிந்த புத்தகப் பிரியர் ஒருவர் வீட்டுக்குப் போயிருந் தேன். ஏராளமான புத்தகங்கள் கண்ணாடி வைத்த பீரோக்களில் ஒழுங்காக அணிவகுத்து நின்று கொண்டிருந்தன.

ஐந்தரை அடி உயர ஸ்டீல் பீரோ எதிரே வந்து நின்று, 'இது அடகு பீரோ' என்றார்.

'அடகு பீரோவா?' என்று ஆச்சரியத்துடன் கேட்டேன். 'வீட்டு வெளியில் மூல்சந்த் அண்டு பிரேம்சந்த், அடகு வியாபாரம் போன்ற பெயர்ப் பலகையைப் பார்த்ததாக ஞாபகம் இல்லையே.'

சிரித்தார். 'இதிலே இருக்கும் புத்தகங்கள் எல்லாம் அடகுப் பொருள்கள்தான். மாசம் மூவாயிரத்துக்கு மேல் செலவழித்து அரிய புத்தகங்களை வாங்கிச் சேகரிக்கிறேன். அதைப் படிக்க எடுத்துக்கொண்டு போகிறவர்கள், ஞாபகமறதியாக அவர்களி டமே தக்க வைத்து விடக் கூடாது அல்லவா. அதற்குப் பிணை யாக அவர்களோட புத்தகங்களில் ஒன்றைக் குடுத்து விடவேண் டும். அந்த மாதிரி அடகுப் புத்தகங்கள்தான் இதற்கு உள்ளே இருக்கு. இந்த ரெஜிஸ்தரில் தேதி, பெயர், கடனாகக் குடுத்த, பிணையாகப் பெற்ற புத்தகங்களின் விவரங்கள் மற்றும் புத்தகங் கள் ரிவர்ஸ் பண்ட மாற்றம் செய்யப்பட்ட தேதிகளைக் குறித்து வைத்து விடுவேன்,' என்றார்.

பத்தாம் கிளாஸுக்கு பிரமோட் ஆன குமார் அப்பாவைக் கேட்கிறான்...

'என்னோட கிரிக்கெட் விளையாடற ரகு, இந்த வருஷம் ஒன்பதாம் கிளாஸ் வந்துட்டான். என்னோட புத்தகம் நோட்ஸெல்லாம் கேக்கிறான்பா. குடுக்கட்டுமா?'

'முந்நூறு ரூபாய் தந்துட்டு வாங்கிக்கச் சொல்.'

'என்னப்பா இது? இந்த செட் எனக்குப் ஃப்ரீயாத்தானே கிடைச் சது. அதை வித்து லாபமா சம்பாதிக்கிறது?'

'நான் அப்படிச் சொல்லலேடா. ரகு பணக்கார வீட்டுப் பிள்ளை. அவனால புதுசா நோட்டு, புத்தகங்களைக் கட்டு கட்டா வாங்க முடியும். நீ படிச்சது ராசியானதுன்னு உன்னைக் கேக்கறான். அவன் குடுக்கிற முந்நூறு ரூபாயை வாங்கி உன் பாக்கெட்டிலே போட்டுக்கச் சொல்லலே. அதை நம்ம வீட்டிலே வேலை செய்யற கண்ணம்மாக்கிட்டே குடு. அவ பொண்ணுக்குப் புத்தகம் வாங்கத் தயங்கித் தயங்கிப் பணம் கேட்டா.'

பிளாட்பாரத்தில் கால் விலைக்கு வாங்கிய புத்தம் புதிய ஆங்கில நாவலை, தன் பெண்ணிடம் சினிமாத் தயாரிப்பாளர் சீனன் கொடுத்தார்.

'நான் இதைத் தொடமாட்டேன் டாடி. இந்தியாவில் திருட்டுத் தனமா பிரின்ட் செய்த இதை வாங்குவது எழுதியவர், பதிப்பாள ருக்கு நாம் செய்யும் துரோகம். இதுவும் நீங்க எதிர்க்கிற திருட்டு விசிடி மாதிரிதானே?'

புத்தகக் கண்காட்சிக்குப் போய் வந்த தந்தையைப் பார்த்து மாதம் ஐம்பதாயிரம் சம்பாதிக்கும் சாஃப்ட்வேர் இன்ஜினீயர் பையன் கேட்கிறான், 'எதுக்குப்பா இவ்வளவு புத்தகங்களை வாங்கிட்டு வந்திருக்கே? இதை எல்லாம் வைக்க இடமேது?'

'எல்லாம் ரெஃபரன்ஸ் புத்தகம்டா.'

'ரெஃபரன்ஸுக்குத்தான் கம்ப்யூட்டரிலே நெட் இருக்கேப்பா. அதிலே சிக்காத மீனா? சுறாவா? திமிங்கிலமா? இது ஈ-புக் யுகம்பா.'

'போடா போ. ஈ-புக்கை...

1. விர்ருனு மடிப்பு அங்கவஸ்திரமா பிரிச்சு வாசனை பார்க்க முடியுமா?

2. படுத்துக்கொண்டே ஜெயிப்பேன்னு சவால் விடறதுபோல படுத்துக்கொண்டே படிக்க முடியுமா? மாரிலே கவிழ்த்து வெச்சுட்டு அப்பப்போ கோழித் தூக்கம் போட்டுவிட்டு, விட்ட இடத்திலேந்து படிக்க முடியுமா?

3. அலமாரியிலே அடுக்கி வெச்சு, 'இவ்வளவு புத்தகங்களைப் படிக்கிறவன்!' என்று விசிட்டர்களை மிரள வைக்க முடியுமா?

4. சதாப்தி எக்ஸ்பிரஸ்லே படிக்கிறதுக்காகக் கைப்பையில் தூக்கிட்டுப் போக முடியுமா?

5. எட்டு மணி நேரம் கரெண்ட் இல்லாத மழைக்கால பகல் வேளைகளில் பால்கனியில் உட்கார்ந்து புரட்ட முடியுமா?

6. இருபத்தி மூணாம் பக்கத்திலே ஒரு ரகசிய கடிதத்தை வைத்து பிரியமானவளுக்கு கூரியர் புறாவாக அனுப்பத்தான் முடியுமா?

போடா போ!'

கணினி விசுவாசிகளிடம் கூட்டன்பர்கின் புகழைப் பாடாமல் விட்டு விடாதீர்கள்!

விரலால் நாக்கைத் தொட்டுத் தொட்டுப் பக்கங்களைப் புரட்டாதவர் என்றால் நீங்கள் ஒரு Mr. பர்ஃபெக்ட்.

நூல் நிலையத்தில் படித்த புத்தகத்தை ஏதோ ஒரு புத்தக வரிசையில் சொருகாமல் எடுத்த இடத்திலேயே வைப்பீர்கள் என்றால் நீங்கள் ஒரு Mr. பர்ஃபெக்ட்.

நீங்கள் எழுதிய ஐம்பது பக்க புத்தகத்தின் பிரதியை விழாவில் அறிமுகம் ஆன பிரமுகரிடம் திணித்து, அதன் விலையை செக், டிராப்ட் அல்லது பணவிடை மூலமாக அனுப்பச் சொல்லி, அவரைச் சங்கடப்படுத்தாமல் இருந்தால் நீங்கள் ஒரு Mr. பர்ஃபெக்ட்.

உங்கள் நண்பர் எழுதிய புத்தகத்தை அன்பளிப்பாகப் பெற்றவுடன், விறுவிறுவென்று அதனுடைய கடைசிப் பக்கத்தை அலட்சியமாகப் பிரித்து ஸ்பீட் ரீடிங் எக்ஸ்பர்ட் போல வாசித்து, 'நன்றாக இருக்கும் போல இருக்கே' என்று கருத்துத் தெரிவிக்காமல் இருந்தால் நீங்கள் ஒரு Mr. பர்ஃபெக்ட்.

டெலிஃபோனை எடுக்க விரைவதற்கு முன்னால், படித்திருந்த புத்தகத்தைக் குப்புறப் போட்டுவிடாமல் அடையாள அட்டையை வைப்பீர்கள் என்றால், நீங்கள் ஒரு Mr. பர்ஃபெக்ட்.

இரவில் படுத்துக்கொண்டு படிக்கும்போது, புத்தகத்தைத் தூக்கத்தில்

நழுவ விட்டுவிட்டு, பிரிந்த பக்கங்களை ரோஜா இதழ் களாகக் கசக்காமல் பார்த்துக் கொள்பவராக இருந்தால் நீங்கள் ஒரு Mr. பர்ஃபெக்ட்.

முக்கியமான பகுதிகளை அடிக்கோடு இட்டுப் படிக்கக் கையோடு ஒரு அரை அடி ஸ்கேலையும் கூராக எழுதும் பால் பாயின்ட் பேனாவையும் தயாராக வைத்திருப்பவ ராக இருந்தால் நீங்கள் ஒரு Mr. பர்ஃபெக்ட்!

உடல் மொழி 7

ஒரு இத்தாலியரைப் பேசாமல் வாய் அடைத்து வைக்க வேண்டும் என்றால், அவர் வாயில் கர்சீப்பைத் திணிக்க வேண் டாம், நெற்றிப் பொட்டில் பிஸ்டலை அழுத்த வேண்டாம், அவருடைய இரண்டு கைகளையும் கட்டிவிட்டால் போதும். அவரால் பேச முடியாது என்று மற்றவர்கள் கிண்டலடிப்பது உண்டு.

இத்தாலியரைப்போலச் சைகை செய் யாமல் சிலரால் பேச முடியாது. ஆனால் சிலர் நினைப்பதையே அவர்களுடைய உடல் மௌன மொழியாகச் சொல்லி விடும்.

புகழ்பெற்ற பள்ளி ஒன்றில் ஆசிரியர் களுக்கான நேர்முகத் தேர்வு நடந்தது. இறுதிப் பட்டியலில் வந்த இரண்டு பேரில் ஒருவரிடம், அவர் சற்று முன் அளித்த பதில் புரியவில்லை என்று பிரின்ஸிபல் வேண்டுமென்றே கூறினார். மேலும் விரி வாக அந்த காண்டிடேட் விளக்கம் அளித்தா லும், அதை ஆரம்பிக்கும்முன், தன் தோள்

களை அனிச்சையாக மின்னல் வேகத்தில் ஒரு சென்டி மீட்டர் உயர்த்தி இறக்கிக் கொண்டதை பிரின்ஸிபல் கவனிக்கத் தவற வில்லை.

'இது கூடப் புரியவில்லையா? மட்டின்னு என்னை அந்தச் சைகை யால் கேட்காமல் கேட்டுவிட்டார். இவர் எப்படிப் பொறுமை யாகப் பாடம் சொல்லிக் கொடுப்பார்?' என்று அவரைத் தேர்வு செய்யாமல் விட்டுவிட்டார்.

தெரு விளக்கில் படித்து மெட்ராஸ் ஹைகோர்ட்டில் நீதிபதி யான ஜட்ஜ் முத்துசாமி அய்யர் அவர்களின் முன்னால் வாதப் பிரதிவாதங்களை வைக்கும் வழக்கறிஞர்கள், அவ்வப்போது அவருடைய வலது கால் கட்டை விரலை ஓரக் கண்ணால் பார்த்துக் கொள்வார்களாம்.

நீதிபதி அவர்கள் கட்டை விரலோடு அடுத்த விரலையும் சேர்த்து தரையில் அழுத்தினால், வழக்கை எடுத்துச் சொன்னவரின் வாதம் அவருக்கு ஏற்புடையதாக இல்லை என்று கொள்ளலாமாம்.

இதன் தொடர்ச்சியாக, நீதிபதியின் மன ஓட்டத்தை உடல் மொழி காட்டிக் கொடுப்பதைத் தடுக்க, அவர் அமர்ந்திருந்த மேசையைச் சுற்றி நீல நிறத் துணி கட்டி மறைக்கப்பட்டது என்றும் சொல்லக் கேட்டிருக்கிறேன்.

'நான் கேட்ட கேம்ஸ் சி.டி.யை, 'பாக்கலாம் வாங்கித் தரேன்னு' அப்பா ராத்திரி சொன்னார். ஆனா அதை வாங்கித் தருவார்னு எனக்குத் தோணலை' என்று சீருடையுடன் காலை உணவைச் சாப்பிட்டுக் கொண்டிருந்த சிறுவன் தன் தாயிடம் குரல் கம்மச் சொன்னான்.

'ஏண்டா அப்படிச் சொல்லறே?'

'உனக்குத் தெரியாதம்மா. சி.டி. வேணும்னு கேட்ட உடனே அவர் தலை லைட்டா ஆடித்தும்மா. ஒரு செகண்டு திடீர்னு ஏதோ கெட்ட வாசனை வந்தா மாதிரி மூக்கைச் சுளிச்சிக்கிட்டார். அப்படீன்னா அவருக்குத் துளிக்கூட இஷ்டமில்லைன்னு அர்த்தம்மா.'

லஞ்ச் டப்பாவைக் கொண்டு வந்த அம்மா, தன் பிள்ளையை வியப்புடன் பார்த்தாள்.

வாய் பேசாமல் விழுங்கியதை, உடல் சொல்லி விடாமல் இருந்தால் நல்லதல்லவா?

கோஎஜுகேஷன் இருந்த ஹைஸ்கூலில் படித்துக் கொண்டிருக்கும் காலத்திலேயே பூந்தமல்லியில் சில மாணவர்களிடம் காதல் மலர்ந்து விடும்.

இரட்டைப் பின்னல் இந்திராவை ஒரு தலையாகக் காதலித்த சதாசிவம், கல்யாணம் கட்டிக்க வேணும் என்று ஒற்றைக் காலில் நின்றான்.

அவனுடைய சிநேகிதன் சீனு, 'நேரா அவளுடைய அப்பா கிட்டே மோதிப் பாருடா. நடத்தி வைப்பார். ஆனா ஒண்ணு. அவர்கிட்டே பேசும்போது கையை மார்மேலே இறுகக் கட்டிக்கிட்டு, கிண்ணுனு நிமிர்ந்து உட்கார்ந்துப் பேசு. தன்னம்பிக்கை உடைய பையன் என்று உன்னை மாப்பிள்ளை ஆக்கிக் கொண்டு விடுவார்'னு ஆலோசனை சொன்னான்.

சந்திப்பு நிகழ்ந்த மறுநாளிலிருந்து சதாசிவம் ஆளைக் காணும். ஆவடிக்கு அவன் அத்தை வீட்டுக்கு ராவோடு ராவாக ஓடி விட்டான் என்று தகவல் வந்தது.

இந்திராவின் அப்பா ஆர்மி மேஜராக இருந்து ரிடையர் ஆனவர். உடல் மொழி தெரிந்தவர். கைகளை மார்பின் மேல் கட்டி நிமிர்ந்து கெத்தாக உட்கார்ந்ததைப் பார்த்து, 'ஒண்டிக்கு ஒண்டு வரயா?'ன்னு சவால் விடறான் பொடிப் பயல்னு நினைச்சு, அவனை அங்கேயே மிதித்து, டின் கட்டி மரியாதை பண்ணி விட்டாராம்.

அதற்குப் பிறகு, சீனு இந்திராவை மணந்ததுதான் ஓ. ஹென்றி டிவிஸ்ட்!

வாயைக் கட்டி வயிற்றைக் கட்டி வாழப் பயில்வதோடு, எப்படி கையைக் கட்ட வேண்டும் என்றும் தெரிந்து கொண்டால் நல்லது.

1. பூந்தமல்லி நண்பன் K.S.V. அவனுடைய அப்பாவின் பரந்த முதுகைப் பார்த்தே அவர் கோவமா இருக்காரா இல்லையா என்று துல்லியமாகக் கணித்து விடுவான். 'வானிலை' நிலவரத்துக்கு ஏற்ப விளையாடப் போகப் பெர்மிஷன் கேட்பான்.

2. ‘இங்க வாடா. கெட்டிக்காரப் பையனா இருக்கியே’ என்று சொன்னாலும், கணக்கு வாத்தியார் பஞ்சாபகேசனின் உதட்டோர சுளிப்பிலிருந்து அது வஞ்சப்புகழ்ச்சி அணி என்று தெரிந்துகொண்டு, ‘எதற்கு நேரத்தை வேஸ்ட் செய்வது’ என்று திரும்பி, நடத்த இருக்கும் பின் பக்க பிரம்பு பூஜைக்காகப் பின்னோக்கி நடந்து செல்லுவான்.

3. பட்டாஸின் பாடி லாங்குவேஜை அறிந்த சீனுவோடு கூட்டு சேர்ந்து பட்டாசு கொளுத்தினால், கொளுத்தப்பட்ட ஒரு மைக்ரோ வினாடிக்குள், எது வெடிக்கும், எது வெடிக்காது என்பதை அவனிடமிருந்து, 99.90 விழுக்காடு வெற்றி சாத்தியத்துடன் தெரிந்துகொள்ளலாம்.

4. வேலைக்கு வந்த முருகம்மா, புழக்கடையிலிருந்து பூந்துடைப்பத்தைத் தூக்கி வரும் விதத்திலிருந்தே அவளுடைய மூடு சரியா இருக்கிறதா இல்லயா என்று சொல்லி விடலாம்.

5. விசிட்டுக்கு வந்த குடும்ப டாக்டர் லோகநாதன் பிள்ளை, ஸ்லோமோஷனில் மருந்துப் பையை மூடும் பாணியிலிருந்தே படுக்கையில் இருக்கும் பெரியவருக்கு மறுநாள் பால் என்று சரியாகச் சொல்லிவிடலாம்.

1960களில் எழும்பூர் உடுப்பி ஹோம் திறக்கப்பட்டிருந்த சமயம். மெட்ராஸிலேயே மசாலா தோசை காஸ்ட்லியாக விற்கப்பட்டது அந்த ஹோட்டலில்தான். (விலை ஐம்பது பைசா!). மெழுகுப் பொம்மைகளாக மொழுமொழு என்று இருக்கும் மெங்களூர் போண்டா அங்கே ஸ்பெஷல்.

ஒரு நாள் மாலை காபி குடிக்கப் போனேன். காபி வந்தவுடன் முதல் சிப் குடித்தேன். ஒரு கையைப் பின்னால் கட்டிக் கொண்டு வலம் வந்து கொண்டிருந்த ஹோட்டல் உரிமையாளர் ஷமா பட் என் டேபிள் பக்கத்தில் வந்து நின்றார். பாதாம் அல்வா நிறம். கதர் உடை. லால் பகதூர் சாஸ்திரியை நினைவூட்டும் வாமன உருவம்.

‘ஸார், காபி சரியாக இல்லைன்னு நினைக்கிறேன். சரி தானே?’என்று அவர் கேட்டார்.

‘… … …’

‘புரிஞ்சுடுத்து ஸார். கிருஷ்ணா, ஸாருக்கு வேற காபி கொண்டா.’

மாற்று காபி சூப்பராக இருந்தது. ஒன்டர்ஃபுல் சேர்மானம்.

‘மொத கப் காபிலே பிராப்ளம்னு எப்படித் தெரிஞ்சிக்கிட்டீங்க?’ன்னு கேட்டேன்.

பிரசன்ன முகத்துடன் பட் சொன்னார். ‘உங்க மொகமே சொல்லித்து ஸார். ஒரு சிப் குடிச்சிட்டு நீங்க லைட்டா முகத்தைச் சுளிச்சிகிட்டதிலேந்து காபி ஸ்டிராங்கா இல்லைன்னு எனக்குத் தெரிஞ்சுது.’

இயந்திரங்கள் காபியைக் கறக்கும் இந்த யுகத்தில், ஷமா பட்டுகளைப் பார்க்க முடியுமா?

தினம் தவறாமல் வாக்கிங் போகும் சின்னசாமி, பிள்ளையார் கோயில் முன்னால் நிற்பார். நிற்பதற்கு ஐந்து செகண்டுகளுக்கு முன், பின்னால் வருபவர்கள் தன் மீது மோதிவிடாமல் இருக்க, வலது கையை நீட்டி, முன்னங்கையை ஆகாயத்தை நோக்கித் தூக்கி வாகன ஓட்டிகள் தரும் சிக்னலைக் கொடுப்பார்.

கோயில் முன்னால் நின்று, சட்டைப் பையிலிருந்து ஐம்பது பைசா நாணயத்தை எல்லோர் கண்படும்படி எடுப்பார். உள்ளே இருக்கும் பிள்ளையாரும், பக்கத்தில் இருக்கும் பக்தர்களும் கவனிக்கிறார்களா என்று பார்த்துவிட்டு, அந்தக் காசை ஸ்லோ மோஷனில் உண்டியலில் போட்டுவிட்டு, ‘பாத்தீங்களா? பிள்ளையாருக்குத் தினம் வரும்படி வரா மாதிரி செய்யறேன். எல்லாரும் கவனிச்சுக்கங்க’ என்று கண்களாலே சொல்லிவிட்டு பெருமையுடன் அங்கிருந்து நகர்வார்.

தோட்டத்தில் உட்கார்ந்திருந்த கருணாகரன், செடிகளுக்குத் தண்ணீர் விட்டுக் கொண்டிருந்த மாடசாமியைக் கூப்பிட்டார்.

‘டேய் மாடசாமி. இங்கே வாடா.’

‘வந்தேனுங்க.’

‘அடுத்த வார கிளப் நாடகத்திலே நான்தாண்டா கட்டபொம்மன் வேஷம் போடப் போறேன்.’

‘சந்தோசமுங்க.’

'நீ என்ன செய்யறே? இந்த நாற்காலியிலே பேனர்மென் துரையா கால் மேலே கால் போட்டுட்டு உக்கார்ரே. நான் கட்டபொம் மனா நின்னுக்கிட்டு 'வானம் பொழியுது' டயலாக் பேசப் போறேன். வா, வந்து உக்கார்ரா.'

மாடசாமியின் சர்வாங்கமும் நடுங்கியது. 'நா... நா... உங்க முன்னே குர்ச்சியிலே உக்கார்றதா... மா... மா... மாட்டேனுங்க. அது மரியாதை இல்லீங்க.'

'அடச் சீ உக்கார்ரா' என்று அவனை அமுக்கி உட்கார வைத்து, கருணாகரன், 'வானம் பொழியுது...' என்று ஆரம்பிக்கிறார்.

கலகல என்ற சிரிப்புச் சத்தம் கேட்டு, 'கட்டபொம்மன்' திரும்பிப் பார்க்கிறார்.

கருணாகரனின் பெண் கிருத்திகா! 'மை காட்! டாடி, மாடசாமி உக்காந்தாலும் நின்னுக்கிட்டு இருக்கிறா மாதிரி ஒரு எக்ஸ் பிரஷனைத் தரான். நீங்க நின்னுக்கிட்டு இருந்தாலும் அசையாமல் சாஞ்சு உக்காந்து பேசறாமாதிரி உங்க பாடி லாங்குவேஜ் இருக்கு. இப்படி ஆக்ட் பண்ணினா பாக்கறவங்க சும்மா விட மாட்டாங்க. உங்க தலையிலே மஞ்ஞ்ஞ்சளை அரைச்சிடுவாங்க...'

கண்ணும் வாயும் பேசினா மாத்திரம் போறாது. உங்க உடலே சரியான வார்த்தைகளைப் பேசணும்.

விவேக் அவனுடைய அப்பாவுடன் வாக் போய்க்கொண்டு இருக்கான்.

'விவேக், வர தை மாசத்திலே அனுவோட கல்யாணத்தை முடிச் சுடணும்டா. அது முடிஞ்சுட்டா நான் நிம்மதியா ரிடையர் ஆயிடுவேன்.'

'மூணு பேர் வந்து பாத்துட்டுப் போனாங்க இல்லியா. அனுக்கு யாரை ஓ.கே. பண்ணறதுன்னு தெரியலே. 'விவேக்! என்னுடைய சுரிதாரைக்கூட நீதான் செலக்ட் பண்ணறே. எல்லாமே சூப்பரா இருக்குன்னு என்னோட ஃபிரெண்ட்ஸ் சொல்றாங்க. நான் யாரைக் கல்யாணம் பண்ணிக்கிறதுங்கறதையும் நீயே செலக்ட் பண்ணிடு' ன்னு என்கிட்டே அவளுடைய எதிர்காலத்தையே திணிச்சுட்டா.'

'மூணு பேரும் ஏறக்குறைய படிப்பு அந்தஸ்து, பெர்சனாலிடி யிலே ஒரே லெவல்லே இருக்காங்க. நீ எப்படிடா அதிலே ஒருத்தரை...'

'அதுக்கு ஒரு வழி உண்டுப்பா! அந்தப் பையன்கள் கையிலேதான் இருந்தது.'

'கையிலேயா? கைரேகை ஜோஸ்யம் பாத்தியா? நீ கீரோவுனு டைய சிஷ்யனா? எனக்குத் தெரியவே தெரியாதே?'

'கைரேகையிலே இல்லேப்பா. கை குலுக்கலிலே.'

'அட! அப்போ குலுக்கல் முறையிலே செலக்ட் பண்ணிட் டேன்னு சொல்லு.'

'ஆமாம்பா. கை குலுக்கல் முறையிலே. மூணு பேர்லே, பாஸ்கர் கிட்டே பேசிட்டுக் கிளம்பறதுக்கு முன்னே கை குடுக்க நீட்டினேன். அவன் கை என் கையை அவாய்டு பண்ணறா மாதிரி இங்கேயும் அங்கேயும் நகந்துது. நான் வலுக்கட்டாயமா அவன் கையைப் பிடிச்ச போது, கழுவின நீரிலே நழுவற மீன் மாதிரி விலகிடுத்து. அடுத்தது, சேகர். இவன் கொஞ்சம் பரவாயில்லை. நீட்டின கையைப் பிடிச்சிண்டான். ஆனா ஒரு மைக்ரோ செகண்டு கூட ஆகலே.! என் கை வழியா 230 வோல்ட் மின்சாரம் பாஞ்சு அவன் கை கருகிப் போயிடறா மாதிரி பயந்து, கையை விட்டுட்டான்பா. மூணாவது, வசந்த். நான் கையை நீட்டறதுக் குள்ளே அதைப் பாதி வழியிலே பாய்ஞ்சு பிடிச்சுக் கரடி கிரிப்போட மேலேயும் கீழேயுமா மூணு வாட்டி குலுக்கினான்பா. இவன்தான் சாதுவான அனுவுக்குச் சரியான மாப்பிள்ளை.'

வாயெல்லாம் பெருமிதச் சிரிப்போடு விவேக்கின் கையை இறுகப் பிடித்து அவனுடைய அப்பா குலுக்குகிறார்.

> **'கை விட மாட்டான் கனகசபேசன்'னு உணர்த்தறா மாதிரி, உங்க கை குலுக்கல் இருக்கணும்.**

நகைச்சுவை எழுத்தாளர் திருவாளர் எக்ஸுடன் பேசிக் கொண் டிருந்தேன்.

'புது வீட்டுக்கு வந்தப்புறம் நான் நிறைய எழுதுகிறேன். பிரசுரமாகிறது' என்றார் சொல்லொணா மகிழ்ச்சியுடன்.

'அப்படியா? வீட்டு ராசி போலிருக்கு.'

'வீட்டு ராசின்னு சொல்றதுக்கு பதில், டாய்லெட் ராசின்னா பொருத்தமா இருக்கும்.'

‘என்னது? டாய்லெட் ராசியா? என்ன ஸார் இது? கேக்க என்னமோபோல இருக்கு. விளக்கம் தேவை.’

‘சிரிக்காமல் இருந்தால் சொல்றேன். பழைய வீட்டில் இந்தியன் டைப் டாய்லெட் இருந்தது. மகேந்திர சிங் தோனி விசுக்குனு விக்கெட் பின்னால உக்கார்ற மாதிரி அங்கே உட்கார முடியாமல் அவஸ்தைப்பட்டு இருந்தேன். ஆனா, என் பிள்ளை புதிய வீட்டில் வெஸ்டர்ன் டாய்லெட்டைப் பொருத்திக் கொடுத்துட்டான்.’

‘அதுக்கும் கற்பனைக்கும் என்ன ஸார் சம்பந்தம்?’

‘இருக்கே. அப்போ முட்டி வலிக்க உக்காரணுமே, எழுந்திருக்கணுமேன்னு கவலையிலே இருந்தேன். இப்ப அப்படி இல்லே. ராடினோட சிந்தனையாளர் சிலையோட உலகைக் கணிக்கும் போஸில், தலையைக் குனிஞ்சிண்டு வலது கையால் மோவாயைத் தாங்கிண்டு டபிள்யூசியிலே சௌகர்யமா உக்காரதினாலே, உடல் ஃப்ரீயா இருக்கு. மனம் சிறகடிச்சுப் பறக்குது. சிந்தனைகள் பொத பொதன்னு வரது.’

★

நீங்க Mr. பர்ஃபெக்டா?

வருமான வரி சரள் படிவத்தை சீரியஸாகப் பூர்த்தி செய்து கொண்டு இருக்கும்போது, வேலைக்காரியின் மூணாவது மருமகள் திருவாலங்காட்டில் குளி குளிச்சாச்சு என்கிற அரிய தகவலையும், மாடி வீட்டு மாமி நங்கநல்லூரில் போய் வாங்கி வந்த தேவேந்திரா புடைவைகளில் ஒன்று முதல் தோய்ப்பில் சாயம் போன ஹ்யூமன் இன்ட்ரஸ்ட் கதையையும் உங்கள் மனைவி விரிவாகச் சொல்லும்போது, ‘ப்ச்’ கொட்டாது ஆர்வத்துடன் கேட்பதுபோல பாவனை செய்தால் நீங்கள் ஒரு Mr. பர்ஃபெக்ட்.

அன்றைய டிபன் ரவா உப்புமா என்ற அறிவிப்பைக் கேட்டு, உங்கள் கை தன்னிச்சையாக உங்களுடைய தலைக்கு பஸ்மாசுரனைப்போலப் போகாமல் பார்த்துக் கொண்டால் நீங்கள் ஒரு Mr. பர்ஃபெக்ட்.

'ஆபீஸை ஒரு கூட்டுக் குடும்பமாகக் கருதி, எல்லோரும் சுமுகமாகப் பழக வேண்டும்', என்ற கருத்தை வலியுறுத்தி மேனேஜிங் டைரக்டர் அரைமணி நேரம் தாண்டி பேப்பர் வெயிட்டை மேஜைமேல் சுழற்றிச் சுழற்றி லெக்சர் அடிக்கும்போது, காது மடலை நீவாமல்,கொட்டாவி விடாமல், ஷூக்களையும் கை நகங்களையும் அடிக்கடிப் பார்க்காமல் செவி மடுத்துக் கொண்டிருந்தால், நீங்கள் ஒரு Mr. பர்ஃபெக்ட்.

முடிவெட்ட இருக்கும் சிகைக் கலைஞர், உங்கள் தலையைப் பார்த்து, 'எவன் இப்படிக் குதறி இருக்கான்?' என்று பொருள்படும்படி புருவத்தை உயர்த்தி, தலை முடியை அலட்சியமாகக் களைந்தால், 'யோவ், நீர் தானய்யா அது' என்று சொல்லாமல் விட்டால் நீங்கள் ஒரு Mr. பர்ஃபெக்ட்.

போட்டுக் கொண்டிருக்கிற உடைகளிலேயே சிறந்ததாக நீங்கள் கருதுவது உங்கள் பளிச் புன்னகையே என்று நினைத்தால் நீங்கள் ஒரு Mr. பர்ஃபெக்ட்!

அமாவாசையாக இல்லாமல் உங்கள் வதனமே சந்திர பிம்பமாக இருந்தால் நீங்கள் ஒரு Mr. பர்ஃபெக்ட்!

சக்கரத்தை ஆழ்வார்கள்

8

தன்னுடைய ஸ்கூட்டரை தினமும் நாலு உதை உதைக்காமல் இருக்கக்கூடாது என்று கங்கணம் கட்டிக் கொண்டு இருப்பவர் அருணாசலம்.

ஊரே உறங்கும் விடியற்காலையில் அம்பத்தூருக்கு டூட்டிக்குக் கிளம்பும் அவர், ஸ்கூட்டரை கேட்டுக்கு வெளியில் நிறுத்தி, 'கழுதை, கழுதை, கழுதை' என்று திட்டுகளுடன் கிக் ஸ்டார்ட்டரை வலது காலால் உதை, உதை, உதை என்று உதைத்துப் பட்டை கிளப்புவார்.

'பஞ்ச கல்யாணி' தொடர்ந்து லாயத்திலிருந்து கிளம்ப மறுத்தால், அதைத் தெருக் கோடி வரை இரண்டு தெரு நாய்கள் வள் வள் என்று துரத்திக் கொண்டு வரத் தள்ளிக் கொண்டே ஓடி, 'கிர், கிர்' என்று உயிர் பெற்றவுடன் அதன் மேல் குதிரை மீது தாவி ஏறும் அந்தக் கால ஹீரோ ரஞ்சனுடைய மிடுக்குடன் குதித்து ஏறி உட்காருவார்.

அப்படியும் கிளம்பாவிட்டால் அவர் அந்த வாகனத்தைச் சினந்து உபயோகிக்கும் வசவு வார்த்தைகளை இங்கே எழுதிப் பதிவு செய்ய முடியாது.

'ஏமண்டி, ஈ பண்டின அன்வர் பாஷா ஓர்க்ஷாப்லோ ஈயண்டி' என்று அவர் மணந்த தெலுங்குப் பெண் சொன்னால் அவளுக்கும் ஸ்கூட்டர் மாதிரி உதை கிடைக்கும்.

இவருக்குப் போட்டியாக எதிர்வீட்டு எதிராஜ், தன்னிடமுள்ள கல்கத்தாவில் பிர்லா தயாரித்த முதல் அம்பாசிடர் யானையை விடியற்காலை நாலு மணிக்குக் கிளப்புவார். நன்றாகத் தூங்கும் குழந்தைகளும், ராத்திரி பூராக சோம்பி இருந்த டீசல் இன்ஜின்களும் லேசில் எழுந்திருக்காது என்ற நியதியை உணர்ந்த எதிராஜ், செல்ஃப் ஸ்டார்ட்டரை சாவியால முடுக்கி கிர்ர்ர்ர், கிர்ர்ர்ர், கிர்ர்ர்ர் என்று சுமார் பதினைந்து நிமிஷங் களுக்கு அதனோடு விஸ்தாரமாகச் சல்லாபிப்பார். 'விடு, கிளம்பித் தொலைக்கிறேன்' என்று அரைமனத்தோடு உயிர் பெற்ற இன்ஜினை, 'ர்... ர்... ர்,' 'ர்... ர்... ர்...' என்று மெகா சத்தத்துடன் உயர்த்தி ரெய்ஸ் செய்து, பின் பக்கம் உள்ள எக்ஸாஸ்ட் பைப் வழியாகக் கரிய புகையை, கார்ப்பரேஷன் கொசு மருந்து அடித்த மாதிரி தெரு பூராகப் பரவவிடுவார்.

சண்டி செய்யும் வண்டிகளை மெக்கானிக் டாக்டர்களிடம் சத்தம் போடாமல் கொண்டு போய்க்காட்டுங்கள்.

டூ வீலர் வாங்கும்போது, லெப்ட் ரைட் டர்னிங் சிக்னல் இருக்கா? ஹாரன் சத்தமா அடிக்குமா? என்று ஆயிரம் முறை கேட்டு, சேல்ஸ்மேன் சொல்லுவதை நம்பாமல் ஒரு ரௌண்டு ஓட்டிப் பார்த்துவிட்டு, குமார் வண்டியை வாங்குகிறார். ஆனால் சாலையில் வண்டியை ஓட்டும்போது என்ன செய் கிறார்?

மெயின் ரோடிலிருந்து லெப்ட் திரும்பும்போது, இன்டிகேடரைப் போடுவது இல்லை. ஹாரன்? அதை அடிப்பது கிடையாது. மெல்ல நடந்து போய்க்கொண்டிருக்கும் முதியவரை ஒரு விரல் இடைவெளி விட்டு உரசாமல் திரும்பி, அவரை நிலைகுலைய வைக்கிறார்.

'நல்ல டிரைவர் இருந்தால் சொல்லுங்களேன். ஒருத்தரும் நிலைச்சு நிக்க மாட்டேங்கிறாங்க' என்று கேட்டுக்கொண்டார்

நண்பர் சின்னசாமி. ஃபியட் 1100, மாருதி ஆம்னி, ஹோண்டா சிடி, இன்னோவா என்று கார்களை மாற்றிக் கொண்டு இருப் பார்.

'உங்களுடைய மண வாழ்க்கையின் ரகசியம் என்ன?' என்று ஹென்றி ஃபோர்டைக் கேட்டபோது,

'என் பெண்டாட்டி என் கார் மாடல் மாதிரி. மாற்றுவ தில்லை' என்று சொன்னாராம்.

சின்னசாமியும் அவ்வாறே.

'டிரைவர்கள் ஏம்பா ஓடிரறாங்களாம்?' என்று என்னுடைய சாரதியைக் கேட்டேன்.

ரோடிலிருந்து கண்களை எடுக்காமல் என்னுடைய டிரைவர் சொன்னார் 'பிராப்ளம் அவர்கிட்டே இல்லே ஸார். ஊட்டு அம்மா கிட்டேதான்.'

'என்ன பிராப்ளம்?'

'டிரைவரை ஸ்டூல் மேல ஏறி, ஃபேன் துடைக்கச் சொல்றாங் களாம். மொட்டை மாடியில உணர்த்தின துணிகளைக் கொண்டு வரச் சொல்றாங்களாம். அதிலே ஒரு கிளிப் தொலைஞ்சுப் போனா சம்பளத்திலேந்து பிடிச்சுடுவேன்னு மிரட்டறாங்களாம். சைக்கிள்ளே போய் அம்பது பைசாக்குக் கொத்துமல்லி வாங்கி யாரச் சொல்றாங்களாம். மூட் அவுட்டா இருந்தா காச்மூச்சுன்னு கத்தறாங்களாம். ஸ்லோவா போனா, ஸ்பீடாப் போன்னுவாங் களாம். ஸ்பீடாப் போனா ஸ்லோவா போன்னுவாங்களாம். ஒன் வேன்னு போட்டிருந்தா உனக்கு என்ன நீ பாட்டுக்குப் போ, பாத்துக்கலாம்னு சொல்லுவாங்களாம். சார்ஜென்ட் புடிச்சுட்டு ஃபைன் கட்டினா, அந்தக் காசை குடுக்க மாட்டாங்களாம். 'சாப்டியா?'ன்னு கேக்காம அஞ்சு ஆறு மணி வெய்ட் பண்ண வெக்கறாங்களாம். 'இன்னிக்கு ஐயா வண்டிலே யார் ஏறினாங்க? அவுரு எங்கெங்கே போய் வந்தாரு'னு சொல்லுன்னு அதட்டி வேவு பாக்கறாங்களாம். வரவங்களெல்லாம் ஆளை விடுன்னு சவாரி விட்டுடறாங்களாம்.'

சின்னசாமி கார் மாடலை மாத்திரமா மாத்த வேண்டும்?

ஐந்து லட்ச ரூபாய் வண்டியும் மதிப்பிடமுடியாத உங்களை யும் சாலையில் பாதுகாப்பாக ஓட்டிச் செல்லும் டிரைவரை மனிதராக மதிக்க வேண்டாமா?

ரகுராமன் தன்னுடைய மாருதிக்கு இங்க் ஃபில்லரால்தான் பெட்ரோல் போடுவார். வீட்டை விட்டுக் கிளம்புமுன் லாக் புக்கைப் பார்த்து, போன வாரம் போட்ட அஞ்சு லிட்டர் பெட்ரோலுக்கு வண்டி இதுவரை எவ்வளவு தூரம் போயிருக் கிறது என்று கூட்டிக் கணக்குப் பார்ப்பார். நாளைக்கு பெட்ரோல் பங்குக்குப் போகலாம் என்று தள்ளிப் போட்டு விட்டு பட்டுப் புடைவை கட்டிக் கொண்டு இருக்கும் மனைவியுடன் கல்யாணத் துக்குக் கிளம்புவார்.

சர் சர்ருனு வாகனங்கள் சீறிப் பாயும் ஒன் வே ஹாடோஸ் ரோடின் கொழுத்த டிராஃபிக் நடுவில் மாருதி, பெட்ரோல் பசியால் மயக்க மடைந்து சுருண்டு விடும். பின் பக்க வண்டிகள் ஹாரனால் கெட்ட வார்த்தைகளுடன் திட்ட, பட்டுப் புடைவை மனைவி கோபத் துடன் வெடிக்க, லாக் புக்கை எடுத்து எப்படித் தப்பாச்சு என்று சரி பார்ப்பார். அவர் மனைவி, 'மானம் போறது. நீங்களும் உங்க சிக்கன மும். முந்தா நாள் உங்க அக்கா வீட்டுக்கு நங்கநல்லூர் போயிட்டு வந்த டிரிப்பை எழுதினீங்களா?' என்று கத்திவிட்டு, பக்கத்தில் வந்து நின்ற ஆட்டோவில் ஏறிப் போய் விடுவாள்.

'வயிறு நிறைய சாப்பிடு' என்று ஒரு தாயின் கரிசனத்துடன் வண்டியின் டேங்க்கில் பாதிக்கு மேலே காலியாகாமல் பார்த்துக்கொள்ள வேண்டாமா?

உங்கள் காரோட்டி எவ்வாறு இருக்க வேண்டும் என்று நீங்கள் அவருக்கு உணர்த்த வேண்டும்.

1. வண்டியை எடுத்த உடனே ஆக்ஸிலரேட்டர் மேல் ஏறி நின்று தீயணைக்கப் போகும் வீரர், 'ஸ்ன்லபும்ஆ' மாதிரிப் பறக்கக் கூடாது!

2. பரம்பரை பணக்கார லேடி, அடிக்கடி தன்னுடைய வைரங் களைத் துடைத்து ஜொலிக்க வைத்திருப்பது போலக் காரைத் துடைத்து நீட்டாக வைத்திருக்க வேண்டும்.

3. கைக்குழந்தைக்கு அருகிலேயே இருக்கும் அம்மாக்காரியாக பார்க் செய்த வண்டிக்கு அருகிலேயே இருக்க வேண்டும்.

4. மூன்று மாதத்துக்கு ஒருமுறை வண்டியை சர்வீஸ் செய்து, வண்டியில் இன்ஜின் ஆயில் சரியாக இருக்கிறதா என்று பார்க்க வேண்டும். மறக்காமல் நேரத்துக்கு டீஸலோ, பெட்ரோலோ போடவேண்டும்.

5. பின் சீட்டிலிருந்து வண்டியின் வலது பக்கம் பாசஞ்சர்கள் இறங்கும் முன்னால், பின்னாலிருந்து வண்டி வருகிறதா என்று பார்த்து எச்சரிக்கை செய்ய வேண்டும்.

6. சென்னை, தமிழ்நாடு வரைபடங்களை வாங்கி வைத்து வண்டியில் காத்து இருக்கும் நேரங்களில் ரூட்டைப் பார்த்து வைத்துக்கொள்ள வேண்டும்.

7. ஏர்போர்ட்டிலோ, சென்ட்ரலிலோ உங்களை விட்டுவிட்டு காலியாகத் திரும்பும்போது முன் பின் தெரியாதவர்களை இருபது, ஐம்பதுக்கு ஆசைப்பட்டு ஏற்றிக்கொண்டு வரக் கூடாது. உள்ளே நுழைந்தவர் கஞ்சா கடத்துபவராக இருக்கக் கூடும்.

8. அதிகம் பேசாதவராக, தெரிந்துகொண்ட ரகசியங்களை வெளியே விடாதவராக இருக்க வேண்டும்.

9. ஆக மொத்தம் அம்பாசிடரை ஓட்டும் உங்கள் டிரைவர், உங்களுடைய அம்பாசிடராகச் செயல்பட வேண்டும்.

ஒரு சக்கரத்தின் பின்னால் உட்கார்ந்து, நான்கு சக்கரங்களைச் செலுத்தும் காரோட்டியின் பணி லேசல்ல. அவர் கைகளில் இருப்பது பயணம் செய்பவர்களின் உயிர்.

முல்லைக்குத் தேரை ஈந்த கடை ஏழு வள்ளல் பாரி லெவலில் சிலர் தங்கள் வண்டியை தூசிதும்புக்கும், ஒட்டடைக்கும் ஈந்து விடுவார்கள். டிசம்பர் 2006, ஜென்னி, அனந்து என்று பானெட்டில் கிறுக்கப்பட்ட வாசகங்கள் பல மாதங்கள் தொடர்ந்து இருக்கும். புறக்கணிக்கப்பட்ட முதியவர் மாதிரி போர்டிகோவில் சோகத்துடன் நிற்கும் வண்டி, வீட்டு எஜமானரின் சோம்பலையும், சறுக்கலையும் உள்ளே வருபவர்களுக்குப் பறை சாற்றிவிடும்.

காரைச் சுத்தமாக வைத்திருந்து பார்க்கட்டும், வீட்டுக்குள் சுபிட்சம் திரும்பி வரும்.

சுத்தமான வண்டிகள், சுத்தமான டிரைவர்கள் பாஸிடிவ் எனர்ஜியை அளித்திடுவார்கள்.

அடிக்கடி திருப்பதி, காளஹஸ்தி, கூத்தனூர், வைத்தீஸ்வரன் கோயில், கும்பகோணம், கணபதி அக்ரஹாரம் என்று குடும்பத் துடன் டிரிப் அடிக்கும் ஜம்புநாதனின் அம்பாசிடர் வண்டிக்குள் உங்களை ஊதுபத்தி, ஜாதிமல்லி வாசனையுடன் வரவேற் கிறோம். வெல்கம்!

தலையைச் சாய்த்து, கோழித் தூக்கம் போட ஹெட் ரெஸ்ட் உள்ள சீட்டுகள். முன் சீட்டின் முதுகில் இருக்கும் பைகளில் இரண்டு தோல் பௌச்சுகள். ஒன்றில், நீண்ட பயணத்தின் போது விசிட் அடிக்கும் தலைவலி, திருகு வலி, வயிற்றுக் கடுப்பு, குளிர் ஜுரம், ஜலதோஷம், வாந்தி, முட்டி வலி போன்ற பொது உபாதைகளுக்கு பத்து செட் மருந்துகள். தொண்டைக்குள் மாத்திரைகளைத் தள்ள வளையத்தில் சொருகப்பட்ட தண்ணீர் பாட்டில். (டிக்கியில் ஸ்பேராக நான்கு). மற்றொரு பௌச்சில், லேசாக ஒப்பனை செய்து கொள்ள சீப்பு, கண்ணாடி, பௌடர், ஸ்டிக்கர் பொட்டுகள், தேங்காய் எண்ணெய் சாஷேக்கள், பாலி கிரிப் பாலிதீன் பைகளில் பழனி விபூதி, கற்பகாம்பாள் குங்குமம்.

குறிப்புகள் எழுத ஒரு கிளிப் பேட். நோட்டுப் புத்தகம். இரண்டு நீல, இரண்டு கருப்பு ரெனால்டு பால் பாயின்ட் பேனாக்கள். நவக்கிரக ஸ்தலங்களின் மேப். திருப்பதி சேவாக்கள் பற்றிய விவர அட்டவணை. சிவப்பு அட்டை போட்ட குட்டி டெலிஃபோன் டைரக்டரி, லலிதா ஜுவல்லர்ஸ் கைப் பையில் ஐந்து ரூபாய் நாணயங்கள். ஒரு செட் டம்ளர், டபரா. இரவில் படிக்க காரின் உள் கூரையில் ஸ்விட்ச் சமேதராக இருக்கும் சிறிய விளக்குகள்.

சிலு சிலு விடியற்காலையில் டெக்கில் கேட்க சுப்ரபாதம், காக்க காக்க காஸெட்டுகள். இளைஞர்களுக்காக, இளையராஜா, ஏ.ஆர். ரகுமான் மெலடிகள். க்ரேஸி மோகன், எஸ்.வி.சேகர் நாடக சவுண்டு டிராக்குகள். பூச்சரத்தை வெட்ட ஒரு கத்திரிக் கோல். பிரசாத தேங்காயை மூடியிலிருந்து பெயர்க்க கத்தி.

செல்ஃபோனை பொருத்தி வைக்க ஒரு கிளிப். சீட்டின் பின் பக்கம் செல்ஃபோன் சார்ஜர். முன் பக்கம் காரிலேயே சார்ஜ் செய்து கொள்ள வசதி. இரண்டு தமிழ், ஆங்கில நாவல்கள்.

எதற்கும் இருக்கட்டும் என்று ஒரு கத்தை பழைய ஹிண்டு பேப்பர்கள். பளிச்சென்று எரியும் டார்ச் விளக்கு. மோஷன் சிக்னெஸ் வந்து இள வட்டங்கள் குபுக் என்று வாந்தி எடுக்க நேர்ந்தால் பிடித்துக் கொள்ளப் பிளாஸ்டிக் பைகள். வராமல் இருக்க முகர்ந்து கொள்ள எலுமிச்சம் பழங்கள். பாக்குப் பொட்டலங்கள். அஞ்சால் அலுப்பு மருந்து. சூயிங்கம். போலோ ஓட்டை வில்லைகள்.

பின் சீட்டின் பின்னால் உள்ள இருப்பிடத்தில் நீட்டாக சுருட்டிய குடை. ஆங்கில தமிழ் டிக்ஷனரிகள். விமான, ரயில் நேர விவரங்கள், தமிழ்நாடு சாலை வரைபடங்கள். மூக்கை, கையை, முகத்தைத் துடைக்க டிஷ்யூ பேப்பர்கள். சிறிய டிரான்சிஸ்டர். மருத்துவ ஃபைல்.

டிக்கியில் ஸ்டெப்னி, ஃபான் பெல்ட். வண்டிக்கு முதலுதவி செய்ய டூல் செட்டுகள். தண்ணீர் பிடிக்க பக்கெட். பெட்ரோல் கேன். வார் அறுந்து விட்டால் மாட்டிக்கொள்ள மாற்று செருப்பு கள். நாலு பேட்டரி எமர்ஜென்ஸி விளக்குகள். கோயில் பிரசாதங் களைக் கொண்டு வர பிக் ஷாப்பர் பை, மற்றும்...

பார்த்தீர்களா?

நீண்ட தூரம் பயணிப்பதில் இவ்வளவு இருக்கிறதா?

★

நீங்க Mr. பர்ஃபெக்டா?

நாற்சந்தியை நெருங்கும் போது, இடது பக்கம் திரும்பப் போவதாக சிக்னல் போட்டு விட்டு, அதேசமயம் வலப்புறம் திரும்பப்போவதாகக் கையை வெளியில் நீட்டி, பின்னர் இரண்டையும் கைவிட்டு, கடைசி நிமிஷத்தில் நேராக வண்டியை ஓட்டிச் செல்லாமல் இருந்தால் நீங்கள் ஒரு Mr. பர்ஃபெக்ட்.

வண்டியை ஓட்டிக் கொண்டிருக் கும்போது அவசரம் அவசரம்

என்கிற சத்தத்துடன் ஆம்புலன்ஸ் வந்தால், உங்களுடைய அவசரத்தை மறந்து, அந்த உயிர் பிழைக்க வழிவிட்டு ஒதுங்கினால் நீங்கள் ஒரு Mr. பர்ஃபெக்ட்.

யார்மேலேயோ ஏற்பட்ட கோபத்தை வண்டியின் கதவில் காட்டி, இறங்கும்போது டமால், என்று அறைந்து சாத்தாமல் இருந்தால் நீங்கள் ஒரு Mr. பர்ஃபெக்ட்.

உங்கள் அபார்ட்மெண்ட்டில் வசிக்கும் மக்களை மயிலாப்பூரிலோ, பாண்டிபஜாரிலோ பார்த்தால் (அவர் ஓர் அழகிய இளம் பெண்ணாக இல்லா விட்டாலும்), வீடு திரும்ப உங்கள் காரில் லிஃப்ட் கொடுப்பவராக இருந்தால் நீங்கள் ஒரு Mr. பர்ஃபெக்ட்.

உங்களுடைய அன்றைய மற்றும் அந்த வாரப் புரோக்ராம்களை முன் கூட்டியே உங்கள் டிரைவரிடம் சொல்லி வைத்து, அவரைத் தயார் நிலையில் வைத்திருப்பவராக இருந்தால் நீங்கள் ஒரு Mr. பர்ஃபெக்ட்.

கையோடு சாப்பாடு கொண்டு வந்திராத டிரைவரை, நீங்கள் லஞ்ச் கம் மீட்டிங்கில் இருக்கும் போது, எப்போது போய் சாப்பிட்டு வர வேண்டும் என்று முன்பே சொல்லி வைத்தால் நீங்கள் ஒரு Mr. பர்ஃபெக்ட்.

உங்கள் வசதிக்காக டிரைவருக்கு செல்ஃபோனும், டிரைவரின் பொழுது போக்குக்காக கார் ரேடியோவிலும் முதலீடு செய்தால் நீங்கள் ஒரு Mr. பர்ஃபெக்ட்.

டிரைவர் செய்த சிறு பிழைக்காக எல்லோர் முன்னிலையிலும் அவரைக் கடிந்து கொள்ளாமல் இருந்தால் நீங்கள் ஒரு Mr. பர்ஃபெக்ட்.

காரோட்டியை இன்ஜின், சஸ்பென்ஷன், கிளட்ச், பிரேக், ஸ்டியரிங், வீல் போன்ற ஒரு காரின் அங்கமாகப் பார்க்காமல் ஒரு மனிதராகப் பார்ப்பவராக இருந்தால் நீங்கள் நிஜமாகவே ஒரு Mr. பர்ஃபெக்ட்!

...MNOPRS... 9

அது என்ன ...MNOPRS...? இவை ஆங்கில எழுத்துகள் என்றால், நடுவில் உள்ள Q எங்கே?

இந்தியாவில் ஆங்கில எழுத்துகள் கண்டு பிடிக்கப்பட்டு இருந்தால் Q எழுத்து இருந்திருக்காது. ஆங்கில அகர வரிசையில் இருபத்தைந்து எழுத்துகள்தான் இருந்திருக்கும்!

நம்மவர்களுக்கு க்யூ என்றால் அப்படி ஒரு அலர்ஜி.

ஒரு ஆங்கிலேயர் லண்டன் பஸ் நிறுத்தத்தில் தனியாக நின்றிருந்தால்கூட ஒற்றை மனித க்யூவாக ஒழுங்குடன் நிற்பார்; தனக்கு முன்னால் யாராவது நிற்கிறார்களா என்று பார்த்துத்தான் பஸ்ஸில் ஏறுவார் என்று வழக்கமாக ஆங்கிலேயர்களைக் கிண்டலடிக்கும் அமெரிக்கர்களே ஒப்புக் கொள்வார்கள்.

சங்கீத சீஸனில் மியூசிக் அகாதெமியில் ஒருநாள் மாலை. கேன்டீனில் கீரை வடை

காபியை முடித்துவிட்டு, ஒரு சரிகை அங்கவஸ்திரமும் உடன் ஒரு பட்டுப் புடைவையும் நுழைவு வாசலுக்கு வருகின்றன.

'டோனர் என்ட்ரன்ஸ் இங்கேதானே ஸார்.'

'ஆமாம்.'

'சர்ப்பம் மாதிரி இருக்கே! இந்தக் க்யூ எதுக்கு? டெய்லி டிக்கெட்டுக்காக நிக்கறீங்களா?'

'இல்லை. டோனர்கள் உள்ளே போக!'

'அ! என்னது? டோனர்களுக்கு க்யூவா? நாங்க நாப்பது வருஷ மெம்பர் ஸார்! க்யூவாம்! ரப்பிஷ். எங்கே பிரஸிடென்ட் முரளி?'

'சார் இன்னிக்கு யார் கச்சேரி தெரியுமா?'

'தெரியாதானா? நித்யஸ்ரீ. பட்டம்மா, பாலக்காடு மணி பேத்தி.'

'பின்னாடி திரும்பிப் பாருங்க. அவரே க்யூவில் நிக்கறார்.'

என்னை ஒரு முறைத்து விட்டு, 'வாடி, இவரோட என்ன பேச்சு?' என்று போய் விட்டது அங்கவஸ்திரம்.

சரளி வரிசை, ஜண்டை வரிசையைக் கேள்விப்பட்ட சங்கீத ரசிகர்கள் க்யூ வரிசையைப் பற்றிக் கேள்விப்படாதது விந்தையே.

சென்னையில் ஒழுங்காக நகரும் க்யூ வரிசையைப் பார்க்க வேண்டும் என்றால்:

1. மயிலாப்பூரில் மாட வீதிக்கு பங்குனி மாதம் போய்ப் பாருங்கள். சிவனடியார் அறுபத்து மூன்று நாயன்மார்களும் சுந்தரரிலிருந்து சேக்கிழார் வரை மிகச் சரியாக வரிசையில் வருவது கண்கொள்ளாக் காட்சி.

2. கோகா கோலாவை புட்டியில் அடைக்கப்படும் பாட்டிலிங் யூனிட்டுகளுக்குப் போனால். பாட்டில்கள் ஒன்றுக்கு ஒன்று இடிக்காது, முந்தாது சங்கிலிக் கோத்தாற்போல் நகர்வதைப் பார்க்கலாம்.

3. அண்ணா அல்லது காமராஜ் விமான நிலையத்துக்குப் போனால் அங்கு பயணிகளின் சூட்கேஸ்கள், ஏர் பேக்குகள், அட்டைப் பெட்டிகள் ஒழுங்காக ஒன்றன்பின் ஒன்றாக கன்வேயர் பெல்ட்டில் வருவதைக் கண்டு களிக்கலாம்.

4. அரைமணிக்கு முன்னால் சமையல் அறையில் நீங்கள் கொட்டிய ஒரு ஸ்பூன் சர்க்கரையை எடுக்கப் பேரணியாகத் திரண்டு வரும் எறும்புகள் அதை எடுக்கவோ, எடுத்தபின் நகரவோ வரிசையாக ஊர்வதைப் பார்த்து வியக்கலாம்.

மனிதர்களை ஒழுங்கான க்யூ வரிசையில் பார்க்கவேண்டும் என்றால் அது இங்கு நடக்காத விஷயம்.

நண்பர் அண்ணாசாமியைப் பார்க்கப் போயிருந்தேன். அவருக்குக் கிளி மாதிரி ஒரு பெண். வெளிநாட்டு வங்கியில் உயர் அதிகாரி. பெயர் சுசித்ரா.

'எப்ப ஸார் சுசித்ராக்குக் கல்யாணம்? மாப்பிள்ளை தேட ஆரம்பிச்சுட்டீங்களா?'

அண்ணாசாமி காலரைத் தூக்கி விட்டுக்கொண்டார். 'நான் ஏன் ஸார் தேடணும். என் பெண்ணைக் கல்யாணம் பண்ணிக்க ஆயிரம் பேர் க்யூலே நிக்கறாங்க தெரியுமா?'

'நீங்க சொல்றதை நான் நம்பலே. ஏன்னா, உங்க பொண்ணைக் கல்யாணம் பண்ணிக்கக் கூட்டமா முண்டி அடிச்சுப் போட்டி போடுவாங்களே தவிர, க்யூலே யாரும் நிக்க மாட்டாங்க! நம் ஊர்லயாவது க்யூவாவது!' என்று சொன்னதைக் கேட்டு அட்ட காசமாகச் சிரித்தார்.

மதுரையிலிருந்து வந்த என்னுடைய நண்பர் மதிய உணவு சாப்பிட டேபிள் ரிசர்வேஷன் செய்ய அன்னபூரணா ஹோட்டலின் நம்பரைக் கேட்டார்.

என்னிடம் நம்பர் இல்லாததால் டைரக்டரி என்கொயரி 197 நம்பரை டயல் செய்து நெடுநேரம் ரிஸீவரைக் காதில் வைத்துக் கொண்டிருந்தேன்.

பத்து நிமிஷம் கழித்து, 'என்ன ஆச்சு என்றார்?'

'என்னுடைய கால் க்யூவில் நிற்கிறது.'

'கால் கடுக்கப் போகிறது. வெச்சுடுங்க' என்று சிலேடை பண்ணின அவர், 'வேற எங்காவது போகலாம்' என்றார் கண்களைச் சிமிட்டிக் கொண்டு.

'தேர்தலின்போது அந்த பூத்திலே மூணு க்யூ நின்னுதுன்னு கேள்விப்பட்டேன். எதுக்கு மூணு?'

‘ஒண்ணு ஆண்களுக்கு. ரெண்டாவது பெண்களுக்கு. மூணாவது கள்ள ஓட்டு போடறவங்களுக்கு.’

தமாஷ்களில்தான் ஒழுங்கான க்யூக்களைப் பார்க்க முடிகிறது!

க்யூக்களில் இரண்டு வகைகள் உண்டு. ஒன்று, வரிசையாக நின்னு எறும்பாக ஊர்ந்துபோய் இலக்கை அடைவது. இதை Physical Queue என்கிறார்கள். பிறிதொன்று Virtual Queue.

அதென்ன Virtual Queue?

Virtual Queueவில் கால் கடுக்க நிற்க வேண்டாம். சௌகர்யமாக உட்கார்ந்து கொள்ளலாம். கவுன்டரில் மங்கையர் மலர் படித்துக் கொண்டிருக்கும் பெண்ணிடமிருந்து டோக்கன் வாங்கிக் கொண்டு டாக்டருடைய கிளினிக்கில் உட்கார்ந்து, அரதப் பழசு வீக், இந்தியா டுடே சஞ்சிகைகளைப் புரட்டிக் கொண்டு, தன்னுடைய நம்பருக்காகக் காத்திருக்கலாம்.

இரண்டு க்யூக்களிலும் எழுதப்படாத சில விதிகள் உண்டு.

1. ஏர்போர்ட் செக்யூரிட்டியில் மும்பை, கொல்கத்தா, டெல்லி பயணிகள் அவியலாக பாதாதி கேச தடவல்களுக்கு க்யூவில் நின்று கொண்டிருந்தாலும், ‘டெல்லி விமானம் புறப்படத் தயாராக இருக்கிறது’ என்று வான் குரல் அறிவித்தால், வரிசையின் கடைசியில் நிற்கும் வாலிப வயோதிக நிர்வாகி, நடை வண்டி சூட்கேஸைத் தள்ளிக் கொண்டு முன்னே தத்தித் தத்தி ஓடி க்யூவின் தலையில் கலந்து கொள்ளலாம். இப்படிச் செய்தால் முன்னாலே இருப்பவர்கள் ‘சூ’ கொட்டி வருத்தம் தெரிவிக்க மாட்டார்கள். ‘ஃபௌல்’ என்று கத்த மாட்டார்கள். ‘ரெட் கார்டு’ காட்டமாட்டார்கள். ஏனென்றால் நாளைக்கு அவர்களே அப்படி ஓடித் தலையைப் பிடிக்க வேண்டி இருக்கும்.

2. டாக்டருடைய கிளினிக்கில் உங்களுடைய ரத்த அழுத்த அளவைக் கண்டுபிடித்து, அதைக் குறிப்பேட்டில் மாமூலாகப் பதிவு செய்வதற்காக, வேறு எந்த அவசர வேலையும் இல்லாமல் காத்திருக்கும் நீங்கள், ‘சார்! நீங்க டோக்கன் அஞ்சுதானே. நான் ஆறு ஸார். குழந்தைக்கு நல்ல ஜுரம். நான் முன்னாடி போயிடட்டுமா?’ என்று, தம்பதி சமேதராகப் போர்வையில் மறைந்திருக்கும் குழந்தையுடன் வந்திருப்பவர் கேட்டால், நான்தான் முன்னாடி போவேன்

என்று அடமா பிடிப்பீர்கள்? மாட்டீர்கள். ஆனால், ஒப்புதல் தெரிவித்துவிட்டு, உங்களுடைய தாவர ஜங்கம சொத்தின் ஒரு பாதியைத் துறந்த மாதிரி முகத்தை வைத்துக் கொள்ளக் கூடாது. அது தப்பு, தவறு. மன்னிக்க முடியாத குற்றம்.

3. டாக்டர் வீட்டில் டோக்கன் நம்பர் 32ஐ வாங்கிக் கொண்டு வெளியிலே போயிட்டு வரேன் என்று 'மங்கையர் மலரிடம்' சொல்லிவிட்டு, வெங்கடரமணா போளி ஸ்டால், மகா லட்சுமி அப்பளம் சென்டர், வனஜா லெண்டிங் லைப்ரரி, உப்பிலி நாட்டு மருந்து கடை போன்ற இடங்களைச் சுத்தி அடித்துவிட்டு வந்து, டோக்கன் நம்பர் 32ஐத்தாண்டி 38 ஓடிக்கொண்டு இருக்கிறது என்றால், அடுத்ததாக நான்தான் போவேன் என்று குரலை உயர்த்திக் கத்தக்கூடாது. அது அநாகரிகம். சிறீலங்கா புத்தர் சிலைகளைப் போல அங்கேயே உட்கார்ந்து இருந்தவர்களுக்கு இழைக்கப்படும் அநீதி.

4. கூட்டங்கள் அலை மோதும் கிரேட் ஸ்வீட் கடையில் உங்க ளுக்கு வேண்டிய அதிரசம், புரோக்கன் முறுக்கு, தட்டை, திருநெல்வேலி மனோகரம் மற்றும் ரவா லட்டு போன்ற ஐட்டங்களுக்கு ஆர்டர் கொடுத்து விட்டு, டோக்கன் நம்பர் 364ஐ கையில் வைத்துக்கொண்டு காத்திருப்பவர் என்றால், நீங்கள் ஒன்றை உணர்ந்து கொள்ளவேண்டும். டோக்கன்கள் வரிசைப்படி கூப்பிடப்பட மாட்டாது. 164க்குப் பிறகு, 288 வரும். அதற்கடுத்து 363 வந்து உங்களுக்கு பாய்ச்சல் காட்டும்.

அந்த நிலையில் என்ன செய்வது? அவசரப்படக் கூடாது. மேல் உலகத்திலிருந்து எப்போது அழைப்பு வந்தால் என்ன? அதைப் பற்றி இப்போது கவலைப்பட்டு என்ன ஆகப் போகிறது என்ற முதியவரின் வேதாந்த அணுகுமுறையுடன், அங்குள்ள நாற்காலி களில் சௌகர்யமாக உட்கார்ந்துகொண்டு, அங்கு நடமாடும் மாதரை (மன்னிக்கவும்) மாந்தரைப் பார்த்துக் கொண்டு காலத்தைப் போக்கலாம்!

டாலர்களைக் கறக்க அங்கிள் ஸாமிடமிருந்து விசா பெற அமெரிக்க எம்பசியின் முன் மக்கள் வெயிலில் நின்று கொண்டிருந்தார்கள். அனுமார் வாலாக நீண்டிருந்த ஒழுங்கான வரிசையில் டூரிஸ்ட் விசாவுக்காக நானும் சேர்ந்து நின்றேன்.

'இந்த க்யூ விசாவுக்குத்தானே ஸார்?' என்று ஒரு இளம் பெண்ணு டன் வந்த முதியவர் கேட்டார்.

‘எஸ் அண்டு நோ.’

‘அதென்ன ஸார் எஸ் அண்டு நோ?’

‘விசாவுக்குத்தான் இந்த வரிசை. ஆனால் அமெரிக்கர்கள் வரிசை யாக நிற்பதை க்யூ என்று சொல்வதில்லை. அது பிரிட்டிஷ் இங்கிலீஷ். லைன் என்று சொல்வதுதான் அமெரிக்கன் இங்கிலீஷ்.’

‘நோட் பண்ணிக்கோம்மா’ என்று அந்தப் பெண்ணைப் பார்த்து சொன்ன அவர், அங்கிருந்து நகர்ந்து கொண்டார்.

லைனில் சேர்ந்து கொண்ட அந்தப் பெண், அழகிய பல் வரிசை தெரிய என்னைப் பார்த்து புன்னகை புரிந்தாள்.

‘ஃபாரீன் சமாசாரம் என்னும்போதே ஒரு ஒழுங்கு வந்து விடுகிறது இல்லையா? இந்த மாதிரி ஒழுங்கான லைனை வேற எங்கயான பார்த்திருக்கியா?’

‘திருப்பதியில்’ என்றாள் அவள்.

‘அமெரிக்கா போக லைனிலே நிக்கறயே. அமெரிக்கா வந்து ரஷ்யன் சொன்ன ஒரு க்யூ ஜோக்கை சொல்லட்டுமா?’

‘ப்ளீஸ், ஸார்.’

‘அமெரிக்கா வந்து இறங்கின ரஷ்யன் ஒரு அமெரிக்கனைப் பார்த்து, ‘உங்க ஊரிலே எல்லாப் பொருள்களுக்குமே பற்றாக் குறை இருக்கா?’ன்னு கேட்டாராம்.’

‘பற்றாக் குறையா? நோ வே! யார் சொன்னது? ஏன் அப்படிச் சொல்றீங்க?’

‘யாருமே ஷாப்பிங் மாலிலே பிரெட்டுக்கு க்யூ நிக்கலே. வெண்ணெய்க்கு க்யூ நிக்கலே. பேஸ்ட்டுக்குக்கு க்யூ நிக்கலே. கோதுமைக்குக் க்யூ நிக்கலே. சக்கரைக்கு க்யூ நிக்கலே. அதனாலே கேட்டேன், அப்படீன்னாராம்.’

அர்ச்சனா அனந்த சேவாவுக்காக திருப்பதியில் க்யூவில் நின்று கொண்டிருந்தேன். விடியற்காலை. சிலுசிலு என்று காற்று.

வயதான கணவன், மனைவி ஜோடி ஒன்று வந்தது.

'சார், க்யூ ரொம்ப நீளமா இருக்கு. நான் இங்கே கலந்துக்கலாமா? ஆட்சேபணை உண்டா? ரெண்டு பேருக்கும் ஆர்த்ரைடிஸ். ரொம்ப நேரம் நிக்க முடியாது.'

பின்னால் திரும்பிப் பார்த்தேன். யாரும் முகம் சுளிக்கவில்லை. முகம் சுளிச்சிருந்தாலும் அந்த விடியற்காலை இருட்டில் தெரியவில்லை.

'ரண்டி' என்று அவர்களுக்கு என் முன்னால் இடம் கொடுத்தேன்.

'மே காட் பிளஸ் யூ' என்று சொல்லி க்யூவில் கலந்து நகர்ந்தார்.

கர்ப்பக்கிரஹத்தில் ஜருகண்டி ஜருகண்டி என்று தேர் வடமாக கும்பலை இழுத்துப் போட்டுக்கொண்டிருந்த பணியாளர்களில் ஒருவர், ஆஜானுபாகுவாக நின்றிருந்த பெருமாள் முன் நான் தள்ளப்பட்டவுடன் என்னைப் பிடித்து அவர் பங்குக்கு என்னைப் பின்னுக்குத் தள்ளாமல், 'இக்கட நிச்சோனி பாக தர்ஸனம் செய்யண்டி' என்று வழக்கமான இரண்டு செகண்டுகளுக்கு பதில் ஒரு நிமிஷத்துக்கு மேலும் நிற்க அனுமதித்தார்.

பாலாஜி வரிசையாக எல்லாவற்றையும் கவனித்துக் கொண்டு தான் இருக்கிறார்.

பிறருக்கு நன்மை செய்தால் இறை அருள் பூந்தியாகக் கிடைக்காமல் லட்டாகக் கிடைத்துவிடும் போலிருக்கு.

★

நீங்க Mr. பர்ஃபெக்டா?

முன்னால் நிற்பவர் மீது மேய்ச்சலுக்குக் கோஷ்டியாகப் போகும் மாடுகள் மாதிரி இடித்து மோதாமல் ஜாக்கிரதையாக வரிசையில் நகர்ந்தால் நீங்கள் ஒரு Mr. பர்ஃபெக்ட்.

என்னதான் பெண்கள் தங்களுடைய சமநிலை பற்றிக் குரல் கொடுத்தாலும், வரிசையில் நிற்கும் போது, அவர்களுக்கு முன்னுரிமை கொடுத்தால் நீங்கள் ஒரு Mr. பர்ஃபெக்ட்.

வண்டியை ஓட்டும்போது lane discipline எனப்படும் வரிசை முறையைக் கையாண்டு, சங்கிலித் தொடர்ச்சி யாக வண்டியை ஓட்டுபவராக இருந்தால் நீங்கள் ஒரு Mr. பர்ஃபெக்ட்.

க்யூவில் நிற்கும்போது உங்கள் முன்னாலேயும், பின்னாலேயும் சண்டை போடுவதற்கே பிறந்தது போலத் தோற்றமளிக்கும் பெண்கள், சிறிய இடை வெளியோடு நின்று கொண்டிருந்தால், வேறு சிந்தனைகளை முற்றும் துறந்து விட்டு, அனிச்சையாக முன்னாலோ, பின்னாலோ நகர்ந்தால் ஏற்படும் அல்ப உரசலினால், உங்களைக் காமக் கொடூரன் என்று பழித்திடாமல் பார்த்துக் கொள்பவராக இருந்தால் நீங்கள் ஒரு Mr. பர்ஃபெக்ட்.

வரிசையாக ஓடிக் கொண்டிருந்த வண்டிகள் சிறிது நேரம் நின்றால், வண்டியை வலது பக்கம் ஒடித்து, இருபது கார்களைத் தாண்டி முன்னேறி, மறுபடியும் இடதுபுறம் ஒடித்து க்யூவுக்குள் சேர்த்துக் கொள்ள அதிகாரத்துடன் வழிவிடக் கேட்காமல் இருந்தால் நீங்கள் ஒரு Mr. பர்ஃபெக்ட்.

'ராமர் கோயில் வாசலில் பக்தர்களின் க்யூ அனுமார் வாலைப்போல நீண்டு இருந்தது'. 'பாம்புப் பண்ணையைப் பார்க்க வந்தவர்கள் மலைப்பாம்பு மாதிரி நகராமல் இருந்தார்கள்.' 'கல்லூரி விழாவில், சைனீஸ் உணவு டோக்கன் கவுன்டரில் இளைஞர்கள் வளைந்த நூடுல்ஸாக க்யூவில் நின்று இருந்தனர்' போன்ற சொற்றொடர்களை ரசித்தால் நீங்கள் க்யூ வரிசையை மதிக்கும் Mr. பர்ஃபெக்ட்.

க்யூவில் நிற்கும்போது, 'ஐயோ பாம்பு' என்றோ, 'பின்னாடி நமீதா நிக்கறாங்க' என்றோ குரல் கேட்டால், அது வரிசையைக் குலைக்க யாரோ ஒரு விஷமி செய்யும் நாசவேலை என்று உணர்ந்து, வரிசையைப் புறக்கணித்து நகராமல் இருந்தால் நீங்கள் ஒரு Mr. பர்ஃபெக்ட்.

சீரான வரிசை என்பது ஒருவர் சமூகத்துக்கு அளிக்கும் சீர்வரிசை என்று கருதிச் செயல்பட்டால் நீங்கள் Mr. பர்ஃபெக்ட். வரிசையில் நிற்கத் தகுதியானவர்!

உங்கள் தும்மல்கள்கூட ஒன்றை ஒன்று மோதிக் கொள்ளாமல் வரிசையாக வந்து 'அ... அ... அ... அச்சூ' என்பதற்கு பதில், 'அச் க்யூ... அச் க்யூ... அச் க்யூ' என்று நாசூக்காகச் சப்தித்தால், நீங்கள் ஒரு Mr. பர்ஃபெக்ட்.

உலகம் ஃப்ளாட்டானது — 10

காம்பௌண்ட், தோட்டம், மாட்டுக் கொட்டாய், முற்றம், தாழ்வாரம், கிணறுகள் அடங்கிய வீடுகள் கொஞ்சம் கொஞ்சமாக மறைந்து, அடுக்கிய தீப் பெட்டி, மைசூர் பாகு ரேஞ்சில் உருமாறி, பிளாட், அபார்ட்மெண்ட்ஸ், அடுக்ககம் என்ற பெயர்களில் உறைவிடங்கள் கட்டப்படும் இந்த நாள்களில், அந்தத் தீப்பெட்டிகளிலும் மைசூர் பாகுகளிலும் கடைப்பிடிக்க வேண்டிய சில மனிதாபிமான விதிகளைப் பற்றி அங்கே வசிக்கும் மக்கள் பெரிதும் கவலைப்படுவதாகத் தோன்றவில்லை.

ரிடையரான கையோடு செல்லதுரை, தன்னுடைய பிளாட்டில் தேவாரம், திருவாசகத்தைப் படித்துக் கொண்டு இருக்கிறார். ஒரு குண்டூசி விழுந்தாலும் காதைத் தாக்கும் சத்தம் விழும்படிக் கட்டப்பட்ட அந்த அபார்ட்மெண்டின் மேல்மாடிக்கு வந்த விசிட்டர்கள், மாடிப் படி லாண்டிங்கில் நின்று ‘ஓ’ வென்று கத்திப் பேசிக்கொண்டு இருக்கிறார்கள்.

‘இப்படிக் காது கிழியும்படிக் கத்தறாங்களே. நான் போய்க் கொஞ்சம் மெல்லப் பேசச் சொல்லட்டுமா?’ கரிசனத்துடன் மனைவி கேட்கிறாள்.

‘வேண்டாம்மா. வம்புக்குப் போகாதே. அடிக்கடி வரவங்கதான். இதோ பத்து நிமிஷத்திலே முடிஞ்சுடும். வழக்கமா இன்னும் கத்திப் பேசுவாங்க. இன்னிக்கு ரகசியமாப் பேசறாங்க போலிருக்கு! கேக்கப்போனா, நீ யார் கேக்கறதுன்னு சண்டையை ஆரம்பிச்சு... இன்னும் கத்திப் பேசினாலும் பேசுவாங்க’ என்று சொல்லி, ‘புற்றில் வாழ் அரவுக்கஞ்சேன்...’ என்று இளையராஜா போட்ட ட்யூனில் தொடர்கிறார்.

ஒரு கிராமம் போலப் பலர் குடி இருக்கும் அபார்ட்மெண்டில்...

1. ‘தொப் தொப்’ என்று போர் முரசு கொட்டும் சத்தத்துடன் படிகளில் தாவி ஏறுவது,

2. கைகளைச் சுவற்றில் தேய்த்துக்கொண்டே ஏறி, வெள்ளைச் சுவரைச் சுருணைக் கலருக்கு மாற வைப்பது,

3. படி ஏறிவரும் வயதானவரை, டபிள்யூ.டபிள்யூ எஃப் அன்டர்டேக்கர் மோத வருகிற மாதிரி பயமுறுத்தி நெருங்கி, பல்லியாக சுவற்றில் ஒட்டிக் கொள்ளும் அவரை அலட்சியமாகப் பார்த்து விசிலடித்துக்கொண்டே மேலே போவது,

4. சிவப்பு கேஸ் சிலிண்டரைச் சிலுவையாக சுமந்தபடி ஏறும் இண்டியன் ஆயில் ஊழியரைத் தாண்டி, தீயணைக்க ஓடுவது போல் மேலே விரைவது,

5. ‘கீர்த்தீஈஈஈஈ, ப்ரீத்தீஈஈஈ, லாரா அவுட்! லாரா அவுட்!! காட் தோனி போல்டு ஸ்ரீஷாந்த் ஃபர் டக்’குனு கோஷ்டியாகக் கத்திக்கொண்டு, படிகளில் அவிழ்த்து விட்ட நெல்லிக் காய்களாக ஓடி காம்ப்ளெக்ஸையே அதிர வைப்பது,

6. ‘கட்டிக்கட்டுமா... கட்டிக்கட்டுமா. நைட்டியா உன்னைக் கட்டிக்கட்டுமா’ என்ற இலக்கிய ரசம் ததும்பும் பாடலை 1200 வாட் ஸ்பீக்கர்கள் ஊடே இரவு பதினொரு மணிக்கு மிட் நைட் மசாலாவில் கேட்டுப் புளகாங்கிதம் அடைவது,

போன்றவற்றைச் செய்தால் கருட புராணத்தின்படி ஏதாவது தண்டனை இருக்கிறதா என்று உங்கள் காப்பியில் சரி பார்த்துக் கொள்ளவும்.

படிப்படியாக சமூக உணர்வு குறைவது அபார்ட்மெண்ட்களில் மட்டும்தான். சர்ரென்று லிஃப்ட் வேகத்தில் குறைந்து வருவது டீலக்ஸ் அபார்ட்மெண்ட்களில்!

படாது பாடுபட்டு ஒவ்வொருவரையும் அசோசியேஷன் மீட்டிங் குக்கு, ஸ்வீட், காரம், சக்கரை போட்ட, போடாத காபி, டீ உண்டு என்று ஆசை காட்டி வரச் சொன்ன போதிலும் இன்னும் 'கோரம்' வரவில்லை என்று செக்ரட்டரி தலையைச் சொறிகிறார்.

ஒரு மணி நேரம் கழித்து கூட்டம் தொடங்குகிறது.

காம்ப்ளெக்ஸின் வடக்கு மூலையில் இருக்கும் ஜலதாரைக் குழாயை மாற்றப் பிடிக்கும் செலவில்தான் பங்கேற்க முடியாது என்று 'தகராறு' தனசேகரன் குரல் எழுப்புகிறார். காரணம்? அவரது ஃபிளாட் தெற்கு மூலையில் இருக்கிறது. 'வடக்கு வாழ்கிறது. தெற்கு தேய்கிறது' என்று நினைக்கிறார் போலிருக்கு என்று அவர் காதுபட ஒரு கமெண்ட்.

'ஸார் நீங்க சொல்றது எப்படி நியாயம்? இப்படி எல்லா விஷயத்துக்கும் முட்டுக்கட்டை போட்டா எப்படி? உங்களோட மெயின்டெனன்ஸ் பணம் மூணு மாசமா பாக்கி' என்று காரியதரிசி அலுத்துக் கொள்கிறார்.

'யூ ஹாவ் இன்ஸல்ட்டட் மீ இன் பிரஸன்ஸ் ஆஃப் எவரிஒன்' என்று கோபத்துடன் மீதி ஜாங்கிரியை வாயில் போட்டுக் கொண்டு வெளி நடப்பு செய்கிறார்.

'செக்ரட்டரி ஸார்' என்ற இடிக்குரல் கேட்டு பகீரதன் பால்கனிக்கு வருகிறார். டாப் ஆங்கிளிலிருந்து பார்க்கிறார்.

கீழே டி பிளாக் கிருஷ்ணா நிற்கிறார். கண்களில் கோபம்.

'தண்ணி எப்போ வரும் ஸார்?'

'இன்னும் ஒரு மணி ஆகும். ராத்திரி வரவேண்டிய டாங்கர் விடிகாலையில்தான் வந்தது. கரெண்ட் வேற கட்டாயிடுத்தா? மோட்டார் போட்டு ஏத்த முடியலே. பத்து நிமிஷம் முன்னாலே தான் கரெண்ட் வந்தது. தண்ணி ஏறிண்டு இருக்கு.'

'நா எப்ப குளிச்சு, எப்ப ஆபீஸ் போறது?'

'ஸார், நா விவரமா எல்லாம் சொல்லியாச்சு.என்னை என்ன பண்ணச் சொல்றீங்க?'

‘அதெல்லாம் எனக்குத் தெரியாது. இன்னும் பத்து நிமிஷத்திலே தண்ணி வந்தாகணும்.’

‘அப்ப ஒண்ணு செய்யுங்க ஸார்?’

‘என்ன செய்யணும்?’

‘உங்க பொண்ணோட வயலினை எடுத்துண்டு மொட்டை மாடிக்குப் போங்க. வேட்டியை மடிச்சுக் கட்டிண்டு அமிர்த வர்ஷினி ராகத்திலே ஒரு கீர்த்தனையை வாசிங்கோ. மழை சடசடன்னு கொட்டும். நீங்களும் குளிச்சா மாதிரி இருக்கும். போரிலேயும் தண்ணி ஏறும். இதோ குடையை எடுத்திண்டு நானும் வரேன். பகீரதன்னு பேர் வெச்சுகிட்ட என்னாலே தண்ணியைக் கொண்டு வர முடியலே. கிருஷ்ணாவாலேயானும் தண்ணி கிடைக் கிறதான்னு பாத்துடலாம்!’

‘ஸார், கணபதின்னு இங்க ஒருத்தர் இருக்காரா?’ என்று பெல் லடித்து சீனிவாசன் பிளாட்டில் ஒருவர் கேட்கிறார். பார்த்தாலே கிராமத்து ஆள் என்று தெரிகிறது.

‘கணபதியா? தெரியாதே.’

‘ஒண்ணரை வருஷமா இருக்காராம்.’

‘தெரியாதே.’

‘ மவுன்ட் ரோடிலே பேங்கிலே வேலை செய்யறாராம்.’

‘தெரியாதே.’

‘ரெட்டைக் குழந்தைங்க இருக்கு.’

‘தெரியாதே.’

மேல்மாடியிலிருந்து இறங்கி வரும் கணபதி, ‘அட! மாமா எப்போ வந்தீங்க?’ என்று கேட்டுவிட்டு, அவர் பையை எடுத்துக் கொள்கிறார். அரைக் கதவைத் திறந்து இருக்கும் சீனிவாசனைப் பார்க்கிறார்.

‘ஹலோ! நான்தான் கணபதி.’

‘சீனிவாசன் ஹியர்’ என்று சொல்லி மெல்லக் கதவைச் சாத்து கிறார்.

கிராமத்து மாமா திருதிரு என்று விழிக்கிறார்.

வலது கை கொடுப்பது இடது கைக்குத் தெரியவேண்டாம். ஆனால் வலது பிளாட்டில் இருப்பது யார் என்று கூடத் தெரியா மல் இருக்க வேண்டுமா?

காலை எட்டு மணி வரை பிளாட்டில் தூங்கிக்கொண்டிருக்கும் கணவனை எழுப்புகிறாள் மனைவி.

'எழுந்திருங்கள். காபி குடியுங்கள். ஒரு நியூஸ் சொல்லணும்.'

பாத்ரூமிலிருந்து முள்ளம்பன்றித் தலையுடன் வெளியே வருகிறார் கணவன். காபி குடிக்கிறார்.

'என்னடி நியூஸ்?'

'பக்கத்து வீட்டு நந்துவோட தாத்தா போயிட்டாராம். இன்னிக்கு விடியற் கார்த்தாலேயாம்.'

'அ! நெஜமாவா? நேத்து கூடப் பாத்தேனே. வாசல்லே பொட்டு வாழைப்பழம் வாங்கிட்டு இருந்தாரே.'

'இன்னிக்கு டிக்கெட் வாங்கிட்டார். போய்ப் பாத்துட்டு வரீங் களா?'

'புதன்கிழமை இல்லே? மை காட். ஒம்பது மணிக்கு எம்.டி கன்னிமராக்கு வரச் சொல்லி இருக்கார். ஓடணும். பொழச்சுக் கிடந்தா ஞாயிற்றுக்கிழமை துக்கம் கேட்டுட்டு வந்துடறேன்.'

அரை மணியில் குளித்து, மசாலா மாகி சாப்பிட்டு விட்டு, நந்துவோட பிளாட் வெளியில் இருக்கும் செருப்பு, ஷூ குவியல் களைத் தாண்டிக் கொண்டு அந்தப் பக்கம் திரும்பாமல் விடுவிடு என்று படி இறங்குகிறார்.

பிறப்பு, இறப்பு இரண்டையும் பார்த்து வறட்டுச் சிரிப்பு சிரிப்ப வரே ஒரு சராசரி பிளாட் வாசி.

கார் பார்க்கிலிருக்கும் மூடிய லிஃப்ட்டுக்கு வெளியில் கடையிலி ருந்து வாங்கி வந்த மளிகைச் சாமான்களுடன் கால்கடுக்க நிற்கி றார் மிஸஸ் காவேரி கண்ணப்பா. மேலே நோக்கி இருக்கும் அம்புக் குறியைப் பலமுறை அழுத்தியும் லிஃப்ட் கீழே வரவில்லை.

'இந்த வாட்ச்மேன் எங்கே போய்த் தொலைஞ்சான். மாடியிலே இறங்கின யாரோ லிஃப்ட் கதவைச் சாத்தாமல் போயிட்டாங்க போலிருக்கு. எப்படிக் கீழே இறங்கும்? பத்து நிமிஷமா நா நிக்கறேன். பாத்ரூம் வேற போகணும்.'

ஏழாவது மாடி பிளாட் நெம்பர் எட்டிலே இருக்கும் சீதாராமன் மூடி இருக்கும் பெட்ரூமைப் பார்த்துக் குரல் கொடுக்கிறான்.

'அனிதா, சினிமாக்கு ரொம்ப நேரமாச்சு. உனக்காக லிஃப்ட்டைக் கூட கீழே அனுப்பாம ரெடியா வெச்சிருக்கேன் பாரு.'

'ஒன் மினிட், ராம்.' கதவு பதில் சொல்கிறது.

யார் வந்து, யார் காலி பண்ணிக்கொண்டு போனாலும் நிரந்தர மாகக் கலா பிளாட்டில் குடி இருக்கும் எண்ணற்ற கரப்பான் பூச்சிகளில் இரண்டு, சி6 வெஸ்டர்ன் டாய்லெட்டில் இருக்கும் கிரேட்டிங்கில் பேசிக்கொண்டு இருக்கின்றன.

கரப்பு 1: டேய் சின்ன கரப்பா! இன்னிக்கு சி 3 பக்கம் போகாதே!

கரப்பு 2: ஏன் அண்ணே?

கரப்பு 1: அட! ஏன்னு கேள்வி கேக்கறே? இன்னிக்கு பெஸ்ட் கன்ட்ரோல் ஆளுங்க வந்து மருந்து அடிக்கறாங் கடா. போனா செத்துடுவே.

கரப்பு2: அடப் போங்க அண்ணே. அந்த மருந்தெல்லாம் சும்மா ஜுஜுபி. நம்மள ஒண்ணும் செய்யாது. உங்களுக்கு ஒண்ணு தெரியுமா அண்ணே?

கரப்பு1: சின்ன கரப்பா! என்னடா?

கரப்பு2: இங்கே இருக்கிற 18 பிளாட்டுங்களும் சேந்தாமாதிரி ஒரே நாள்ளே மருந்தடிச்சாங்கன்னாதான் நம்ம பருப்பு வெந்துடும்ண்ணே.

கரப்பு1: எல்லோரும் ஒண்ணா சேர்றதா? சின்ன கரப்பா! அப்படி நடந்தா என்னோட இந்த மீசையை எடுத்துடறேன்டா.

கரப்பு2: அப்படிப் போடுங்க அண்ணே!

அடுக்ககங்கள் என்பதற்குப் பதில் தீவுகள் என்று சொன்னால் பொருத்தமாக இருக்கும்.

அபார்ட்மெண்டுகளை அடுக்கி வைத்த தீப்பெட்டிகள் என்று சொல்வதுண்டு. அடுக்கி வைத்த மைசூர்பாகு என்றும் சொல்வதுண்டு.

எப்போதும் சண்டையும் சச்சரவும் போடத் தயாராக இருந்து, பற்றிக் கொள்ள ஒரு தீக்குச்சியின் உரசலுக்காகக் காத்திருக்கும் மக்கள் உள்ள அபார்ட்மெண்ட்டை 'தீப்பெட்டி' அபார்ட் மெண்ட்டாகக் கருதலாம்.

சிரிப்பும் கும்மாளமுமாக, கேலியும் கிண்டலுமாக இனிப்பான வாழ்க்கையை நடத்திக் கொண்டு இருப்பவர்கள் உள்ள அபார்ட் மெண்டை 'மைசூர்பாகு' அபார்ட்மெண்டாகவும் கருதலாம்.

பரத நாட்டியத்தில் கொண்டிருந்த என்னுடைய ஈடுபாட்டைக் குலைப்பதற்கென்றே வந்து சேர்ந்தார் மல்லிகார்ஜுன காரு. என்னுடைய பெட்ரூமுக்குச் செங்குத்தாக மேலே உள்ள பிளாட் டில் இறங்கியவர், வாரம் நான்கு நாள் சொக்காய் போட்டுக் கொள்ளாமல் பரதம் பயில்வார். சிவ தாண்டவம் ஆடிப் பிராக்டிஸ் செய்யும்போது ஏற்படும் அதிர்ச்சியால் எப்போது என்னுடைய சீலிங் ஃபேன் ஹூக்கோடு பிய்த்துக் கொண்டு தலையில் விழுந்து சிவலோகப் பிராப்தி அளித்துவிடுமோ என்று அஞ்சி அபார்ட்மெண்ட் செக்ரட்டரியை அணுகினேன்.

இதைக் கேட்டு அவர் கோரத் தாண்டவம் ஆடுவார் என்று எதிர் பார்த்தேன். ஏமாற்றி விட்டார். 'அபார்ட்மெண்ட் பை லாஸை நன்னா படிச்சு விட்டேன் ஸார். டான்ஸர்களை குடி வைக்கக் கூடாது' என்று அது எங்கேயும் பேசவில்லை என்று கையை விரித்து விட்டார்.

மல்லிகார்ஜுன காரு உதவியால் சினிமாவில் பிட் ரோல் ஒன்றில் தலையைக் காட்ட நினைத்தவர், அவரால் ஏமாற்றப்பட்டதின் விளைவாக தாண்டவ நாயகனை மறுவாரமே காலி செய்ய வைத்துவிட்டார்.

கவலையைத் தீர்ப்பதுதான் நாட்டியக் கலை. கொடுப்பது அல்ல.

‘ஏய் கீரை, மேலே வா.’

தன்னைவிட இரண்டரை மடங்கு எடையைத் தாங்கும் எறும்பு போலத் தலையில் கூடையைச் சுமந்து அந்த மூதாட்டி படியேறி முதல் மாடிக்கு வருகிறாள்.

‘பொன்னாங்கண்ணிக் கீரை இருக்கா? என்ன விலை?’

‘கட்டு அஞ்சு ரூபாய்ங்க. மூணு பன்னிரண்டு ரூபாய்.’

‘பவுனு விலை சொல்றியே. ஒரு கட்டுதான் வேணும். மூணு ரூபாய்னா குடு.’

‘கட்டாதுங்க.’

‘வேணாம் போ. கீரை வாடி இருக்கு. நன்னாவே இல்லை.’

‘சரி எடுங்க.’

பிளாட்டின் உள்ளே இருந்து அவர் மனைவி குரல் கேட்கிறது. ‘கீரை வாங்கினா அதைச் சமைக்க மாட்டேன். இப்பவே சொல்லிட்டேன்.’

‘வேணாம்மா. எடுத்துண்டு போயிடு.’ அவசர அவசரமாக வீட்டுக்குள் நுழைந்து கதவைச் சாத்திக் கொள்கிறார்.

கீரைக்காரம்மா இதயத்தில் சுமையுடன் படி இறங்குகிறாள்.

‘ஸார், உங்களுக்கு பிளாட் வாடகைக்கு வேணும்னா நீங்க சில டாக்குமெண்ட்டுகள் குடுக்கணும். ஜெராக்ஸ் காப்பிகள் போறும்‘

‘டாக்குமெண்ட் காப்பிகளா? என்னென்ன?’

‘உங்க ரேஷன் கார்டு. போன மாச சம்பள ஸ்லிப். குடும்ப க்ரூப் போட்டோ.’

‘அப்புறம்?’

‘உங்களைப் பாத்தா நீங்க ஒரு Mr. பர்ஃபெக்ட், இதெல்லாம் தேவை இல்லைன்னு தோணறது. இருந்தாலும் ரூல்ஸ் படி...’

‘நியாயமா எனக்கு இதைக் கேட்டா கோவம் வரணும். ஆனா நீங்க எங்கயோ அடிபட்டுதான் முன் ஜாக்கிரதையா இதை எல்லாம் கேக்கறீங்கன்னு நினைக்கிறேன். என்னென்னு தெரிஞ்சிக்கலாமா?’

‘ஸார், இந்த பிளாட் என் ஃபிரெண்டோடது. நான் பக்கத்துப் பிளாட்டிலே இருக்கேன். பி பிளாக்கிலே ஒரு கூத்து நடந்துடுத்து. சிம்லாலே இருக்கிற நண்பரோட பிளாட்டுக்கு கஸ்டோடியனாக இருந்தவர், சரியா விசாரிக்காம, நிறைய ரென்ட்டு தரேன்னு சொல்றாரே, ஏன்னு சந்தேகப்படாம ஒரு ஆளுக்குக் குடுத்துட்டார். அப்புறம்தான் ஆரம்பிச்சது தலைவலி.’

‘என்ன ஆச்சு ஸார்?’

‘அந்த பிளாட்டிலே ஒவ்வொரு ராத்திரிக்கும் விதவிதமான ஆளுங்க வரிசையா வந்துட்டுப் போனாங்க. மல்லிப்பூ வெச்சிண்ட லேடீஸ் வேற அப்பப்போ சென்ட் வாசனையோட பூனை மாதிரி ராத்திரியிலே வந்துட்டுப் போறதா வாட்ச்மேன் காதைக் கடிச்சார். அப்புறம்தான் விஷயம் தெரிஞ்சது. உலகத்திலேயே பழைமையான, பசுமையான, பச்சையான தொழில் அங்கே நடந்துக்கிட்டு இருக்குன்னு. போலீஸ்லே பெரிய தலையைப் பிடிச்சு அவங்களை வெளியே தள்ளிட்டு, பிளாட்டுக்கு விஸ்தாரமா புண்ணியாவசனம் செஞ்சு... எல்லாம் ஆச்சு. அதான் முன் ஜாக்கிரதையா... தப்பா எடுத்துக்காதீங்க.’

★

பிளாட்டில் நாயை வளர்ப்பேன் என்று அடம் பிடித்து, கடித்தால் மினிமம் ஒரு கிலோ குறையாமல் சதையைப் பிடுங்கும் ஒரு தீய நாயை வளர்க்காமல் இருந்தால் நீங்கள் ஒரு Mr. பர்ஃபெக்ட்.

முதல் மாடியிலிருந்து கீழே இருக்கும் தொட்டியில் இரண்டு நாள்கள் சேமித்து வைத்த குப்பை களைத் தேவர்கள் பூமாரி பொழி வதுபோலக் கொட்டாமல் இருந் தால் நீங்கள் ஒரு Mr. பர்ஃபெக்ட்.

‘அப்பா! சி6 பிளாட்டைத் தாண்டினா அரைத்து விட்ட வெங்காய சாம்பார் வாசனை ஆளையே தூக்குது! நம்ம

நீங்க Mr. பர்ஃபெக்டா?

வீட்டிலேந்து ஏன் அப்படி வர மாட்டேங்குது?' என்று உங்கள் மனைவியைக் கேட்காமல் இருந்தால் நீங்கள் ஒரு Mr. பர்ஃபெக்ட்.

ராத்திரி முழுக்கத் தூங்கியதால் களைப்படைந்து அதை விரட்ட விடிந்த பிறகும் ஆழ்ந்து தூங்கும் வயதான செக்யூரிட்டியை வாக் போகத் தாண்டும்போது கண்டு கொள்ளாமல் நகர்ந்தால் நீங்கள் ஒரு Mr. பர்ஃபெக்ட்!

காலை வேளைகளில், 'பிராத்தனா மாலை' யில் உள்ள அத்தனை சுலோகங்களையும் சங்கீதம் தெரிந்தவர்கள் அதிரும்படி ராகம் போட்டு நீட்டி முழக்கிப் பாடி, அவர்களை கதி கலங்காமல் வைத்தால் நீங்கள் ஒரு Mr. பர்ஃபெக்ட்.

டி பிளாக் பால்கனியில் நிற்கும் நண்பருடன், மேற்குத் தொடர்ச்சி மலை உச்சியில் உள்ள கதாநாயகன், விந்திய சாத்பூரா மலை மேல் நிற்கும் கதாநாயகியைப் பார்த்து 'ப்ரியா, ஐ லவ் யூயூயூயூயூயூ' என்று குரல் கொடுக்கும் ரேஞ்சில் ஏ பிளாக் மொட்டை மாடியிலிருந்து கத்திப் பேசாமல் செல்ஃபோனில் பேசினால் நீங்கள் ஒரு Mr. பர்ஃபெக்ட்!

ஐந்து நிமிஷ திட்டம்

11

ஐந்தாண்டு திட்டம் தயாரிக்க வேண்டாம். ஐந்து நிமிஷ திட்டமாகவா தயாரிப்பது?

'பூபதி! நாளைக்கு பெங்களூரிலே கல்யாணம் ஆச்சே. மறந்தே போயிட்டேன். இன்னிக்கு ராத்திரிக்கு நாலு டிக்கெட் வேணும். சீக்கிரம் போ. தட்கலோ, கிட்கலோ ஏதோ சொல்றாங்களே வாங்கிண்டு வா. கட்டாயம் ரெண்டு லோயர் பெர்த். ரெண்டு மிடில் பெர்த் வேணும்.'

பாஸைத் திட்டிக்கொண்டே சைக்கிளில் போகிறான் பூபதி. 'கல்யாணப் பத்திரிகை ஒரு மாசம் முன்னாடியே வந்தாச்சு. பத்து பதினைஞ்சு நாளைக்கு முன்னாடியே நான் டிக்கெட் வாங்கட்டுமான்னு கேட்டேன். 'அடப்போடா. தொல்லை பண்ணாதே. அதுக்கு டயம் இருக்கு'ன்னு என்னை அடக்கிட்டு, இப்போ என்னை விரட்றாரு. சனிக்கிழமை ராத்திரி பெங்களூருக்கு டிக்கெட் சுளுவா கிடைச்சிடுமா? காவேரித் தண்ணி மாதிரி டிமாண்டு இருக்குமே.'

கொச்சின் பாரத் டூரிஸ்ட் ஹோம். என்னுடன் சென்னையிலிருந்து வந்த அலுவலக இன்ஜினீயர் தன்னுடைய பெட்டியைத் திறந்தார்.

'அடிப்பாவி. என்னோட பேண்ட்டை வெக்க மறந்துட்டாளே? ஷேவிங் கிட்டையும் காணும்? ஒன்பது மணிக்கு ஆல்வேயிலே இருக்கணுமே? ரயிலிலே வசதியா இருக்குமேன்னு வேட்டியை கட்டிக்கிட்டு வந்துட்டேனே!'

அவருடைய வீட்டுக்காரியைப் பதினைஞ்சு நிமிஷம் திட்டித் தீர்த்த அவர், கசங்கிய வேட்டியுடன் மீட்டிங்குக்கு வந்தார்.

இந்தப் பயணம் பற்றி ஒரு வாரம் முன்னாடியே அவருக்குத் தெரியும்.

ஒரு பாலம் கட்ட திட்டமிட வேண்டிய அவர், ஊருக்குப் போனால் அங்கே கட்ட வேண்டிய உடைகளை முன்கூட்டியே எடுத்து வைக்காமல் வீட்டு வேலைகளைத் திட்டமிட்டுச் செய்து வரும் மனைவியின் மேலா பாய்வது?

திட்டாதவரும் திட்டமிடுபவரும் தெவிட்டாத குடும்பத் தலைவராவார்!

நண்பர் கௌரி மைந்தனின் சுறுசுறுப்பு ஒருவரை வியக்க வைக்கும் என்றால், அவருடைய திட்டமிடல் பிரமிக்க வைக்கும். இவரை திட்ட கமிஷன் தலைவர் என்று சொல்வோம் !

அவருடைய மகனின் திருமணம் நிச்சயிக்கப்பட்டது.

முதல் தகவலாக அவரிடமிருந்து வந்த கடிதம், இரண்டு மாதங்கள் கழித்து நடைபெற இருக்கும் திருமணத் தேதி, இடம், நேரம் ஆகியவற்றைச் சுமந்து வந்தது. ரயிலில் முன்பதிவு செய்பவர்களுக்கு வசதியாகவும் அந்நாளை டயரியில் குறித்துக் கொள்வதற்காக.

மணநாளுக்கு இரண்டு வாரம் முன்னால் பலருக்கு கூரியரிலும் சிலருக்கு நேர்முகமாகவும் அழைப்பிதழ்கள் தரப்பட்டன. இரண்டு நாள் முன்னதாகத் தொலைபேசி மூலம் முக்கியமான சிலருக்கு நினைவூட்டல் வேறு.

திருமண வரவேற்பில் ரோஜா இதழ்களைப் போட்டால் குல்கந்தாக விழுந்திருக்கும். அவ்வளவு கூட்டம். இரவு எட்டரை மணி

வரை தலையைக் காட்டாத நண்பர் ஒருவருக்கு, 'என்ன ஆச்சு இவருக்கு?' என்று தெரிந்துகொள்ள ஃபோன் பண்ணினேன்.

'ரிசப்ஷனுக்கு வரலியா? உங்களைக் காணுமே?'

'எந்த ரிசப்ஷன்?'

பல்லைக் கடிக்காமல் பொறுமையாக விவரத்தைச் சொன்னேன்.

'அடடே! இன்னிக்கா? மறந்தே போச்சே?'

'லெட்டர், இன்விடேஷன் வரலியா? ஃபோன்கால் வரலியா?'

'வந்தது. நோட் பண்ணாம விட்டுட்டேன். தயிர் சாதம் சாப்பிட்டுட்டு படுத்திட்டு இருக்கேன். ஏதாவது சாக்கு சொல்லிடுங்களேன்.'

சிலரைத் திருத்தவே முடியாது என்று திட்டவட்டமாகச் சொல்லி விடலாம்!

வேளைக்கு கலர்கலரான எட்டு மாத்திரைகள் முழுங்கும் ஆரோக்யசாமி, பேப்பர் படித்துக் கொண்டு இருக்கிறார்.

'என்னங்க மாத்திரைங்களைச் சாப்பிட்டீங்களா?' என்று மனைவி இருதய மேரி குரல் கொடுக்கிறாள்.'

உடனே மாத்திரைகளைப் பாக்குபோல அள்ளி வாயில் போட்டுக் கொண்ட பிறகுதான் அருகில் தண்ணீர் இருக்கிறதா என்று பார்க்கிறார். இல்லை.

'மேழி, தழ்ழி கொண்ழா' என்று மாத்திரைகள் வாய் கசக்கக் கத்துகிறார்.

கணவர் தூக்கத்தில் வழக்கமாக உளறும் சத்தம் விழித்துக் கொண்டு இருக்கும்போதே வருகிறதே என்று ஸ்தலத்துக்கு விரைந்து வந்த மனைவியைப் பார்த்து, ஆரோக்யசாமி கட்டை விரலை வாயை நோக்கி வளைத்துக் காட்டி, 'தழ்ழி தழ்ழி' என்று கத்தலைத் தொடர்கிறார்.

'ஜீஸஸ்' என்று கர்த்தரை ஒரு முறைக் கூவி அழைத்துவிட்டு, மேரி தண்ணீர்க் கொண்டு வர விரைகிறார்.

தன்னுடைய வாழ்நாளின் பெரும் பகுதியை விமான நிலையங்களிலும், ரயில்வே ஸ்டேஷன்களிலும் செலவிடும்

கோவிந்தராஜனின் வீட்டில், மூன்று பெட்டிகள் புறப்படத் தயார் நிலையில் இருக்கும். பெட்டி நம்பர் ஒண்ணு - காலையில் கிளம்பி இரவு திரும்பி வரவும், பெட்டி நம்பர் இரண்டு - இரண்டு அல்லது மூன்று நாள் தங்கி வரவும், பெட்டி நம்பர் மூன்று - ஒரு வாரம் தங்கி வரவும் வேண்டிய பயண உடைகள் மற்றும் உபரிகளுடன் அவருக்காகக் காத்திருக்கும்.

ஒரு முறை இரவு மதுரை விமான நிலையத்தில் இறங்கிய அவர், தன் பெட்டியைக் காணாது தவித்தார். கன்வேயர் பெல்ட்டில் கடைசியாகச் சுற்றிச் சுற்றி வந்த பெட்டி அவருடையது மாதிரித் தோன்றினாலும், அவருடையது இல்லை.

இரவு பத்து மணி. ஹோட்டலில் படுத்த அவருக்கு சென்னையிலிருந்து மனைவி ஃபோன் பண்ணினார்.

'ஹலோ! பெட்டி போச்சா?'

'அட உனக்கு எப்படித் தெரியும்? டி.வி. நியூஸ்லே ரன்னராகப் போட்டாங்களா?'

'ம்? உங்க பெட்டியைத் தவறுதலாக ஒரு மாண்புமிகு எடுத்துகிட்டு, போயிட்டாராம்.'

'அட! அப்புறம்?'

'அப்புறம். அவருடைய செக்ரட்டரி நம்ம வீட்டுக்கு ஃபோன் பண்ணி, மதுரையிலே நீங்க தங்கி இருக்கிற ஹோட்டல் விவரம் கேட்டார். குடுத்தேன். இன்னும் அரைமணியில் பெட்டி ஹோட்டலுக்கு வந்துவிடும். ஃபோன் நம்பரை பெட்டி மேலே நீங்க ஒட்டியிருக்கிற விலாச ஸ்டிக்கரைப் பார்த்துத் தெரிஞ்சிக்கிட்டாராம்.'

'பாத்தியா? பெட்டி மேலே எவ்வளவு பேர் அட்ரஸ் ஸ்டிக்கர் ஒட்டறாங்க? இதை எல்லாம் நீ அப்ரிஷியேட் பண்ண மாட்டியே?'

'ம்? பெண்டாட்டியை விட்டுட்டு அடிக்கடி ஊருக்குப் போற கணவனை எவளுமே அப்ரிஷியேட் பண்ண மாட்டா.'

தபாலாபீஸ் முகவர் சந்தானத்தை கிருஷ்ணமணி சந்திக்கிறார்.

‘இந்தாப்பா சந்தானம், பப்ளிக் பிராவிடன்ட் பாஸ் புக். நாராயணன் இன்ஜினீயரிங் படிப்புக்காகக் கட்ட ஆரம்பிச்சது. பணத்தை வாங்கிக் கொடு. மூணுலட்சத்துச் சொச்சம் வரு மில்லே?’

‘சரியா, மூணு லட்சத்தி இருபத்தி அஞ்சாயிரம்.’

‘நாராயணா, உன்னோட நாலு வருஷப் படிப்புக்குப் போறு மாடா?’

‘தாராளமா. ரொம்ப தேங்க்ஸ், அப்பா. அதிலே மீதியே இருக்கும்.’

‘சந்தானம், நாராயணன் பேரிலே ஒரு பி.பி.எஃப் ஆரம்பிக் கிறயா?’

‘அதுக்குள்ளேயா? எதுக்குப்பா?’

‘என்னோட பேரனுக்கோ பேத்திக்கோ படிக்கத்தான்!’

கல்யாண விருந்தில் கிருஷ்ணமணி உட்கார்ந்து இருக்கிறார்.

ஒவ்வொருவர் இலையின் அருகிலும் மினி மினரல் வாட்டர் பாட்டில் வைக்கப்படுகிறது.

‘தம்பி, ஒரு நிமிஷம். இதைக் கொஞ்சம் ஓபன் பண்ணிக் குடுத் திட்டுப் போப்பா.’

முகத்தை அஷ்ட கோணலாக்கி, பாட்டிலின் கழுத்தைக் கோழி திருகுவதுபோலத் திருகித் திறந்து வைத்து விட்டுப்போகிறார்.

‘உங்களாலே முடியுமோ என்னவோ. ஒரு கையால் என்னால் திறக்க முடியாது. இப்ப கவலையே இல்லையே!’ என்று பக்கத்து இலை இளைஞனைப் பார்த்துச் சொல்கிறார்.

பூதக் கண்ணாடியாகச் சிறிய விஷயங்களைப் பெரிதுபடுத்து பவர் பலர். டெலஸ்கோப்பாக தூரத்தில் இருப்பதைப் பார்ப்பவர் சிலர்.

ஐம்பதுகளில் பிரசவங்கள் எங்கள் வீட்டிலேயே நிகழும். அநேகமாக நள்ளிரவில்தான் குவா குவா சத்தம் கேட்கும் என்கிற நிலையில் என்னுடைய தாத்தா செயற்குழுத் தலைவ ராகத் தூள் கிளப்புவார்.

1. மின்சார வசதி இல்லாத வீட்டில் இரண்டு அரிக்கேன் விளக்குகள் பிரகாசமாக எரிந்து கொண்டு இருக்கும். கெரசின், திரியுடன் இரண்டு ஸ்பேர் விளக்குகள் நெருப்புப் பெட்டி சகிதம் பக்கத்தில் இருக்கும். இவை தவிர ஒரு கட்டு மெழுகுவர்த்திகளும், ஒரு நாலு செல் டார்ச்சும் ஒளியை உமிழத் தயார் நிலையில் இருக்கும்.

2. சாவி கொடுக்கப்பட்ட இரண்டு கடிகாரங்கள் டிக் டிக் என்று அடித்துக் காலத்தைக் காட்டிக்கொண்டு இருக்க, பிறந்த உடன் குழந்தையின் நட்சத்திரம், ராசி என்ன என்று பார்க்க அருகிலேயே பஞ்சாங்கமும் இருக்கும்.

3. அடுக்களையில் இரண்டு பாத்திரங்களில் வெந்நீர் கொதித்துக் கொண்டு இருக்கும். பிரசவ அறையில் வேண்டிய பாய்கள், தலைகாணிகள், போர்வைகள், பேஸின், டெட்டால் தயார் நிலையில் இருக்கும்.

4. மருத்துவச்சி ஆண்டாளை டபிள்ஸ் ஏத்தி வர ரெடியாக நானும், சைக்கிளும் தாத்தாவின் சிக்னலை எதிர்பார்த்து இருப்போம்.

5. சுகப் பிரசவம் ஆனவுடன், ஆண்டாளுக்கு மரியாதை பண்ண பூஜை அறையில் பளபள பித்தளைத் தாம்பாளத்தில் வெற்றிலைப் பாக்கு, ரவிக்கைத் துண்டு, பழம், தேங்காய், கற்கண்டு, பணம் வைக்கப்பட்டு இருக்கும்.

6. குழந்தை பிறந்தது பற்றி முக்கியமான உறவினர்களுக்குத் தெரிவிக்க மேஜை மேல் பத்து போஸ்ட் கார்டுகள், பேனா, ஓரத்தில் தடவ மஞ்சப் பொடி, ஒரு கிண்ணத்தில் நீர் வைக்கப் பட்டு இருக்கும்.

இந்த ஏற்பாடுகளுடன் பார்க்கப்பட்ட பிரசவம் ஒருமுறை நிகழ்ந்தது. குவா குவா சத்தம் கேட்டவுடன் தாத்தா ஆக்டோபஸ் மாதிரி குதித்தார்.

'என்ன ஆச்சு? ஏன் ஆண்டாள் இன்னும் பிரசவ அறையிலேந்து வரலே? பொறந்தது ஆணா? பெண்ணா? ஆண்டாளுக்குத் தூரப் பார்வை ஆச்சே? மூக்குக் கண்ணாடி போட்டுண்டு சரியாப் பாத்தாளா?'

‘கொஞ்சம் பொறுமையாத்தான் இருக்கிறது. இன்னிக்கு வெச்சுக் குடுக்க இன்னொரு தேங்காய் வேணும்போல இருக்கே?’

‘எதுக்கு? ஒண்ணு போறாதோ? ஒண்ணுதானே வாங்கினேன்.’

‘நீங்களும் உங்க பிளானிங்கும்’ என்று பாட்டி சொல்லும் போதே இன்னொரு குவா குவா சத்தம் வேறு சுருதியில் கேட்டது. இரட்டைக் குழந்தைகள்.

‘எத்தனை பிரசவத்தை நான் பார்த்திருக்கேன். அவ வயத்தைப் பார்த்த உடனே எனக்குச் சந்தேகம். ரெட்டையாத்தான் பிறக்கும்னு. நான் இன்னோரு தேங்காய் வாங்கி வெச்சிருந் தேன். இதையும் தாம்பாளத்திலே சேத்துடுங்கோ.’

பிளானிங்கில் சறுக்கிய தாத்தா வாயைப் பிளந்தார்!

ஆத்மநாதன் பேப்பர் படித்துக்கொண்டு இருக்கிறார். மனைவி மங்களம் காபியுடன் வருகிறார்.

‘இன்னிக்குச் சாயந்தரம் ஜோஸ்யர் வீட்டுக்குப் போகலாமா?’

‘வேண்டாம். இன்னிக்கு அறுபத்து மூவர். அங்கே கூட்டம் நெரியும்.’

‘வசந்தா ஜாதகத்தை இன்னிக்குக் காப்பி எடுக்கலாமா?’

‘வேண்டாம். இன்னிக்கு நாள் நன்னா இல்லே .’

‘பேங்க் லாக்கர்லேந்து செயின் எடுத்திண்டு வரமுடியுமா?’

‘முடியாது. நம்ம பேங்க் செவ்வாய்க்கிழமை லீவு.’

‘கரெண்ட் பில்லையாவது கட்டிட்டு வரீங்களா?’

‘முடியாது. இன்னிக்கு ஸ்டேட் கவர்ன்மெண்ட் ஹாலிடே.’

‘டாக்டரைப் பாத்துட்டு வந்துடலாமா?’

‘முடியாது. இன்னிக்கு இருக்கமாட்டேன்னு முந்தா நாள் சொன்னாரே.’

‘சே! உங்களை நம்பினா ஒரு வேலையும் நடக்காது.’

‘... ... ...’

எவ்வளவுதான் ஜாக்கிரதையாகத் திட்டமிட்டாலும் கடைசி நிமிஷத்தில் சில விஷயங்கள் காலை வாரி விட்டுவிடும்!

சென்ட்ரல் ஸ்டேஷன் பிளாட்பாரம் நெம்பர் மூணில் டிராலி மேல் கனகசபை உட்கார்ந்து இருக்கிறார்.

'மூணு லோயர், மூணு மிடில், மூணு அப்பர் பெர்த்துதானே?'

'ஆமாம் டாடி.'

'எஸ் டூ கம்பார்ட்மெண்ட் எங்க வருமாம்?'

'இங்கேதான்னு போர்ட்டர் சொல்லிட்டு நிக்க வெச்சுட்டு போனாரு.'

'டிக்கெட் யார் கிட்டேம்மா இருக்கு.'

'சங்கர்கிட்டே.'

'ஜெராக்ஸ் காப்பி?'

' ஒண்ணு எங்கிட்டே. இன்னோண்ணு ஏர் பேக் சைடுல.'

'மொத்த சாமான் எவ்வளவு? பதினொண்ணு சரியா இருக்கா?'

'எண்ணிட்டேன்பா.'

'அந்த லிஸ்ட் யாருகிட்டே இருக்கு?'

'சங்கர்கிட்டே ஒண்ணு. என்கிட்டே ஒண்ணு.

'வண்டியை பிளாட்பாரத்திலே தள்ளின உடனே பாத்து ஏத்திடணும்.'

கனகசபையின் மனைவி முணுமுணுக்கிறாள்.

'ஆ...மா... வண்டி கிளம்ப இன்னும் ஒண்ணரை மணி நேரம் இருக்கு. அவசரப்படுத்தி அழைச்சிண்டு வந்தாச்சு. 'பாக்கியவதி' சீரியலைப் பாக்க விடாம வந்தாச்சு. ம்!'

பாம்புச் செவி கனகசபை பதிலடி கொடுக்கிறார்.

'பாக்கியவதியைப் பாத்துட்டு கிளம்பினா கத்திபாரா டிராஃபிக் குளறுபடியிலே மாட்டிட்டு இங்கே வந்து கிளம்பின வண்டியின் LVயைப் பிடிச்சுண்டுதான் ஓடணும்.'

‘சுமி, இங்கே வா. உக்கார். முக்கியமான விஷயம் பேசணும்?’

‘என்ன? நா தோசைக்கு அரைக்கணும்.’

‘தோசையை விடு. நம்ம ஷ்ரேயாவைப் பத்திப் பேசணும்.’

‘ஷ்ரேயாவைப் பத்தியா? பேசலாமே?’

‘அவ டாக்டராகணும்னு சொல்வாளோ? இன்ஜினீயர் ஆகணும்னு சொல்வாளோ? இல்லாட்டி சார்ட்டர்டு அக்கௌன்டன்ட் ஆகணும்னு சொல்வாளோ தெரியலே?’

சுமி பதில் சொல்லாமல் சிரிக்கிறாள்.

‘அதுக்கு ஏத்தா மாதிரி இப்போதிலேர்ந்தே பிளான் பண்ணனும். இல்லாட்டி அவ ஏமாந்து போயிடக் கூடாது இல்லையா?’

‘என்ன பிளான் பண்ணனும்?’

‘மொதல்லே அவ மனசைத் தெரிஞ்சிக்கணும். நா கேட்டா அவ சரியா சொல்ல மாட்டேங்கிறா. எனக்குக் கவலையா இருக்கு.’

‘ம்! அவ எப்படிப் பதில் சொல்வா?’

‘ஏன்?’

‘அவ இப்பத்தானே யூ.கே.ஜி. படிக்கிறா! நீங்களும் உங்க அட்வான்ஸ் பிளானிங்கும். நா தோசைக்கு அரைக்கப் போறேன்.’

★

நீங்க Mr. பர்ஃபெக்டா?

அடம்பிடித்து இன்ஜினீயரான கையோடு கல்யாணம் ஆகி குழந்தையையும் உடனே பெற்றுக் கொண்டு ‘செல்வி’ சீரியலைப் பார்த்துக்கொண்டிருக்கும் உங்கள் மகளை, ‘எதுக்குமா இன்ஜினீயரிங் படிச்சே?’ன்னு கேள்வி கேட்காமல் இருந்தால் நீங்கள் ஒரு Mr. பர்ஃபெக்ட்.

திங்கள் காலை ஒன்பது மணிக்குக் கிளம்ப வேண்டிய ஆபீஸுக்கு

எட்டரை மணிக்கு சட்டையையும் பேண்ட்டையும் அயர்ன் பண்ணிக்கொண்டு வர, தெருக்கோடிக்கு ஓடும் உங்கள் பிள்ளையை ஒன்றும் சொல்லாதிருந்தால் நீங்கள் ஒரு Mr. பர்ஃபெக்ட்.

வாஸ்து பிரகாரம் கட்டப்பட்டது என்று பில்டர் சொன்ன பிளாட், சி.எம்.டி.ஏ. விதிகள் பிரகாரமும் கட்டப்பட்டிருக் கிறதா என்று வாங்குமுன் சரி பார்த்துக் கொண்டால் நீங்கள் ஓர் உஷாரான Mr. பர்ஃபெக்ட்.

வீட்டுக்கு புது மணத் தம்பதியை வரச் சொல்லிவிட்டு, அவர்களுக்கு வைத்துக் கொடுக்க மறந்த தேங்காய் வெற்றிலைப் பாக்கை வாங்க கடைசி நிமிஷத்தில் பையைத் தூக்கிக்கொண்டு ஓடாமல் இருந்தால் நீங்கள் ஒரு Mr. பர்ஃபெக்ட்.

‘அண்ணன் பொண்ணு கல்யாணத்துக்குப் போறேன். இன்னிக்கும், நாளைக்கும் வர மாட்டேன்’ என்று காலை எட்டு மணிக்கு டிரைவர் பொறுப்புடன் ஃபோன் பண்ணிச் சொன்னால், ‘கல்யாணம் அரை மணிக்கு முன்னாலேதான் நிச்சயமாச்சா?’ என்று எரிச்சலையும் கேலியையும் கலந்து கேட்காமல் இருந்தால் நீங்கள் ஒரு Mr. பர்ஃபெக்ட்!

கோயிலுக்குள்... 12

கற்பகாம்பாள் சந்நிதி முன்னால் நிற்கிறார் அவர். வெள்ளை உடை, பட்டை விபூதி, அளவான குங்குமப் பொட்டு, உப்பிய வயற்றின் மேல் கூப்பிய இரண்டு கைகள்.

‘சர்வ மங்கள மாங்கல்யே’ என்று உயர்த்திய, சீரான பயிற்சி இல்லாத கோணல் மாணல் குரல் அருகில் உள்ளவர்களை அம்பாள் உருவத்திலிருந்து கண்களை நீக்கி, புருவங்களை உயர்த்தி, அவரைப் பார்க்க வைக்கின்றன. மூடிய அரைக் கண்களால் சுற்றுப்புறத்தை நோட்டம் விடும் அவர், மற்றவர்கள் தன்னுடைய குரலால் ஈர்க்கப்படுகிறார்களா? தன்னைப் பார்க்கிறார்களா? தன் பக்தியை மெச்சுகிறார்களா? என்று நோட்டமிட்டு, அவருக்கு மன நிறைவு தரும் வகையில் ரியாக்ஷன் இல்லை என்றால், தன்குரலின் சுருதியை உயர்த்தி, உச்சாடனத்தை உரக்கத் தொடர்வதை கற்பகாம்பாள் உதட்டோரத்தில் கசியும் புன்னகையுடன் கவனித்துக் கொண்டு இருக்கிறாள்.

ஜீன்ஸ் பேண்ட், யேல் யூனிவர்ஸிட்டி என்று மார்பில் எழுதப் பட்ட சிவப்பு டி ஷர்ட், ரீபாக் ஷூக்கள், ஆழ்வார் பேட்டை ஆஞ்சநேயர் கோயில் எதிரில் கூப்பிய கைகளுடன் கற்சிலை போல நிற்கிறான் நிரஞ்சன். அசையாத உதடுகள். மூடிய கண்கள்.

‘இப்படியே பதினைஞ்சு நிமிஷம் நிப்பாண்டா’ கோஷ்டியாக அவனுடன் வாக்கிங் போய்விட்டு வந்த ரவி சொல்கிறான்.

சேகர் சிரிக்கிறான். ‘சட்டுனு பாத்தா ஒத்தைக் காலைத் தூக்கி பத்தாயிரம் வருஷம் தவம் பண்ற முனிவர் மாதிரித் தெரியலே?’

‘அவனுக்கு இப்போ மேனகை வந்தாலும் தெரியாது. சூர்ப் பனகை வந்தாலும் தெரியாது.தவத்தை முடிச்சிட்டு முனிவர் வரும் வரை இங்கே குந்துடா.’

அருள்மிகு வரசித்தி விநாயகர் ஆலயம். குடும்பத்தினருடன் குழுமி இருக்கிறார் நாராயணசாமி. சாயரட்சை அபிஷேகம் ஆகி அலங்காரம் முடியப் போகிறது.

‘தீபாராதனைக்கு முன்னாலே உங்க கையாலேயே விளக்கைப் போட்டுடுங்கள்’ என்று தர்மகர்த்தா கேட்டுக் கொள்கிறார்.

இரண்டு கைகளையும் ஒருமுறை கூப்பிவிட்டு சுவற்றில் இருக்கும் ஸ்விட்சுகளை பக்தி சிரத்தையுடன் பட்பட் என்று தட்டுகிறார்.

நான்கு ட்யூப் லைட்டுகள் எரியலாமா வேண்டாமா என்று சுணங்கிப் பின்னால் எரிகின்றன.

விளக்குகளை நாராயணசாமி பெருமையுடன் பார்க்கிறார். குழல்கள் எல்லாவற்றிலும் ‘லட்சுமி எலெக்ட்ரிகல்ஸ் நாராயண சாமியின் அன்பளிப்பு’ என்று ஒரு இன்ச் இடைவெளி இல்லாமல் ட்யூபை அடைத்து பெயின்ட்டில் எழுதப்பட்டிருக்கிறது.

‘பிரகாசமா ஆயிடுச்சு இல்லே?’ என்று மனைவியைப் பெருமை யுடன் கேட்கிறார். ‘ஆமாங்க பிரகாரமே பளிச்சுன்னு ஆயிடுச்சு’ என்கிறாள் மனைவி கன்னத்தில் போட்டுக் கொண்டு.

தன் வீட்டை இருட்டிலிருந்து காப்பாற்றியதை வெளிச்சம் போட்டுக் காண்பித்த பக்தனைப் பார்த்து பிள்ளையார் குறும் புடன் சிரிக்கிறார்.

> எங்கும் நிறைந்த, எல்லாம் அறிந்த இறைவன் உங்கள் பக்தியை எடுத்துச் சொன்னால் ஒழிய அறியமாட்டானா?

ஏழுமலையைத் தாண்டி வந்து, விடியற்காலை ஒன்றரை மணிக்கு சந்நிதி முன் நின்று, ஒரு நாளைக்கு நான்கு மணி நேரம் கூடக் துயில நேரமில்லாமல் தவிக்கும் பாலாஜியை, சுப்ரபாதம் சொல்லி எழுப்பக் குழுமி இருக்கும் கூட்டம்.

கதவு சாத்தப்பட்டு சில நிமிஷங்களில் 'கௌசல்யா சுப்ரஜா... என்ற குரல் கோரஸாக ஒலிக்க இருக்கும் வேளையில், 'அப்படிப் போடு போடு...' சினிமாப் பாட்டு ட்யூன், செல்ஃபோனில் ஒலிக்கிறது.

பக்கத்தில் இருப்பவர்களைப் பெருமையுடன் பார்த்து ஃபோனைக் காதில் வைத்துக் கொண்டவர், 'ராமுலு! நேனு இப்புடு சுப்ரபாதா ஸேவாலே உன்னானு. தரவாத்தா மாட்லாட்ரா. எர்ரகுன்ட்லா ரங்காராவ்காரு ஒச்சினாரா? நேனு அடிகின டப்பு இச்சாரா? தருவாத்தா...'

'ஸ்... ஸ்... ஃபோன் ஆஃப் சேயண்டி' என்று தேவஸ்தான ஊழியரின் கனத்த கட்டைக் குரல்.

'ரே! தொங்கா, பி.வி.சி ஸாம்பிளு பம்பிஸ்தாரா? தருவாத்தா...'

கோயில் பிரகாரம் அபிஷேகத்திற்காகச் சாத்தப்பட்டு இருக்கிறது.

சந்நிதிக்கு எதிரே இருக்கும் ஹால் சுவற்றில் சாய்ந்துகொண்டு இரண்டு சீனியர் சிடிஸன்கள்.

'என்னிக்குடா ஆபரேஷன்?'

'அடுத்த வாரம். இனிமே தாங்காதுடா. ஷவர் மாதிரி ரத்தமா கொட்டறது.'

'பைல்ஸ்ுனா தலை வேதனைதான். உன் தம்பிக்கு கூட ஏதோ சர்ஜரின்னியே? ஆயிடுச்சா? என்ன பிராப்ளம்?'

'பெருசா ஒண்ணும் இல்லே. ஹைட்ரஸீல்தான். கத்தியைத்தான் எடுத்தோமேன்னு டாக்டர் வரதராஜன் அவனுக்கு ஸ்ட்ரான்கு லேட்டட் ஹெர்னியா ஆபரேஷனையும் பேக்கேஜ் டீலா பண்ணிட்டார்.

பூஜைக் கூடையுடன் அருகில் உட்கார்ந்திருந்த லேடி, 'சிவ சிவா' என்று முணுமுணுத்துக்கொண்டு அவசரமாக எழுந்து செல்கிறாள்.

திரை மூடி இருக்கும்போது, வாயை மூடிக்கொள்வதும், திரை திறந்தால் மனத்தைத் திறப்பதும் சாலச் சிறந்தது.

கோயிலுக்கு வந்த இளைஞனைப் பார்த்து அந்தப் பெரியவர் சொன்னார். சட்டை போடாத உடம்பு. கௌரவமான உருவம்.

'தம்பி உனக்கு எல்லா சாமியும் பிடிக்குமா?'

'ஆமாங்க. எப்படிக் கண்டுபிடிச்சீங்க?'

'பிள்ளையார், முருகன், சிவன், பார்வதி, சனீஸ்வரன்னு ஒவ்வொரு சந்நிதி முன்னாலேயும் விழுந்து வணங்கினியே.'

'என்னை ரொம்ப நேரமா கவனிச்சுட்டு வரீங்க போலிருக்கு.'

'ஆமாம்பா. ஆனா நீ செய்யறது தப்பு. கோயிலிலே நினைச்ச இடத்திலே விழுந்து கும்பிடக் கூடாது. வெளியிலே இருக்கிற கொடி மரம் தாண்டித்தான் அப்படி வணங்கணும். அதுவும் வடக்கே பார்த்து.'

'இனிமே அப்படியே செய்யறேங்க. உங்களை எங்கயோ பாத்தா மாதிரி இருக்கு.'

'நல்ல ஞாபக சக்தி அப்பா உனக்கு. போன வாரம் என்னோட பேத்தியைப் பெண் பார்த்துட்டுப் போனியே. அங்கே பார்த்திருப்பே. கல்யாணத்துக்கு ரெண்டு பேரும் சரீன்னுட்டீங்களாமே. ரொம்ப சந்தோஷம்பா.'

'ஐயா, அப்படியே நில்லுங்க. உங்களை விழுந்து கும்பிட்டுக்கறேன்.'

'அதுவும் தப்பு தம்பி. கோயிலுக்குள்ளே கடவுளை மாத்திரம்தான் வணங்கணும். மனுஷங்க எவ்வளவு பெரியவரா இருந்தாலும் வணங்கக் கூடாது.'

தியேட்டர் வளாகத்தில் பழனி நின்று கொண்டிருக்கிறான்.

'சேகர், எங்கடா ஆளையே ரொம்ப நாளாக் காணும்.'

‘சௌத் டூர் போயிருந்தோம்டா. கும்பகோணம், திருச்சி, மதுரை. செம ஜாலி ட்ரிப்டா.’

‘மீனாட்சி அம்மன் கோயிலு போனயாடா’

‘போனேன். நீ அந்தக் கோயிலுக்குப் போயிருக்கேன்னு அங்க போன உடனே தெரிஞ்சிண்டேண்டா.’

‘எப்படி?’

‘சுவத்திலே நம்ம கோடு வேர்டைக் நாலு இடத்திலே கிறுக்கி இருந்தியே.’

‘கண்டுக்கினியா. நீ என்னடா செஞ்சே?’

‘திருச்சிலே நான் ஒரு கோயில்லே கிறுக்கி இருக்கேன். அங்க போனா கண்டுபிடி பாக்கலாம்.’

‘பாத்துடுவோம்.’

தென் இந்தியா பேக்கேஜ் டூரில் கிளம்பி ஈஸ்வரன் - ரேவதி தம்பதி தஞ்சை பெரிய கோயிலைப் பார்த்து வியந்து விட்டு வண்டி ஏறுகிறார்கள்.

‘இவ்வளவு பெரிய கோயில்களுக்கு யார் பிளான் போட்டது? யார் கட்டினது? பிரதான சிற்பியின் பெயர் என்னன்னு ஒரு இடத்திலே கூட அவங்க பொறிச்சு வெக்கலே பாத்தீங்களா?’

‘ஆமாண்டி.’

‘அவ்வளவு தன்னடக்கம். இல்லையா?’

‘ஆமாம். ‘நாம என்னத்தைப் பெருசா சாதிச்சோட்டோம்’னு ஒரு பணிவு. ஒரு நிமிஷம் இரு. பஸ்ஸிலே படிக்க புத்தகம் வாங்கிட்டு வரேன்.’

பஸ் போயிண்டு இருக்கும்போது ஈஸ்வரன் துள்ளிக் குதிக்கிறார். ‘அடப் பாவிங்களா’ என்று ஓலமிடுகிறார்.

‘இதோ இதைப் படிச்சுப் பார்.’

பத்திரிகையின் முப்பதாவது பக்க மார்ஜினில், ‘நடிகை நமீதா இன்னும் ஆட்டோவில்தான் போகிறார்’ என்ற தகவல் துணுக்கு வெளிவந்திருக்கிறது.

‘படிச்சியா? போன வாரம் நா அனுப்பின துணுக்கைப் போட்ட வங்க, ‘திட்டக்குடி ஈஸ்வரன்’ங்கிற என் பேரை விட்டுட்டாங்க. ஊருக்குப் போனதும் ஸ்ட்ராங்கா லெட்டர் எழுதிக் கேக்கணும்.’

சிதம்பரம் நடராஜரின் அம்பல மேடையின் கீழ் பக்தர்கள் நிற்கிறார்கள். முன் வரிசையில் உயரமாக நான்கு பேர். முகச் சாயலிலிருந்து அண்ணன் தம்பிகள் போல் தெரிகிறது. நால்வரும் ஆற்றில் குளிக்கப்போகும் பெண்மணி போலத் துண்டை வெற்று மார்பின் மேல் கட்டி இருக்கிறார்கள்.

டமால் என்று வெள்ளிக் கதவுகள் தில்லை வாழ் அந்தணர் களால் திறக்கப்பட்டவுடன், நால்வரும் கரணைகரணையாக இருக்கும் தங்கள் கைகளை கோஷ்டி நடனமாடுபவர்களின் லய டைமிங்குடன் கோபுரமாகத் தலைக்கு மேல் உயர்த்தி வணங்குகிறார்கள்.

‘கையை இறக்குங்க ஐயா. பின்னால் இருப்பவர்களுக்கு சாமி தெரியவில்லை’ என்று கேட்கும் குரல், அவர்களுடைய காதில் விழுந்ததாகத் தெரியவில்லை. தீபாராதனை முடியும் வரை தூக்கிய கைகள் கைகாட்டிகள்போல நின்று தூக்கிய திருவடியை மறைத்து நிற்கின்றன.

பல்லாயிரக்கணக்கான பக்தர்கள் நாற்பத்தெட்டு மணி நேரத்துக்கு மேலாக க்யூவில் கால் கடுக்க வெளியே நின்று கொண்டிருக்கையில், ஆள் பிடித்து, முதல் நாள் இரவு ஏகாந்த சேவையில் பெருமாளைத் தரிசித்த தனபாலன், மறுநாள் காலையில் தொடர்ச்சியாக (1) சுப்ரபாதம் (2) தோமால சேவா (3) அர்ச்சனா சேவையிலும் ஆண்டவனை தரிசித்துவிட்டு அடுத்ததாக அர்ச்சனா ஆனந்த தரிசனத்தையும் விட்டுவிடாமல் க்யூவில் சேர்ந்து கர்ப்பக்கிரஹத்தில் நுழைகிறார். பக்தர்களை ஜருகண்டி, ஜருகண்டி என்று தேவஸ்தான ஊழியர்களைக் கையைப் பிடித்து இழுத்துவிட தனபாலன் ஓரமாக வளைந்து நெளிந்து அவர்கள் கைகளில் பிடிபடாமல் கலியுக தெய்வத்தை நெருங்குகிறார்.

அப்போதுதான் ‘ஜருகண்டீஈஈஈஈஈஈ...’ என்ற கனத்த குரல் நெடிதுயர்ந்து நிற்கும் ஸ்ரீனிவாசனிடமிருந்து புறப்பட்டு தனபாலனின் காதுகளைத் தாக்குகிறது!

'அம்பிகே மீனாட்சி என்னை மட்டும் ரட்சி!' என்பது நியாயமா?

அர்ச்சனைத் தட்டை வாங்கிய கோயில் குருக்கள், தேங்காயை உடைக்கிறார். அடப் பாவமே, அழுகல். தட்டைக் கொடுத்த பெண்மணியின் முகத்தில் தெரிந்த கவலை ரேகைகள் அவருடைய மனத்திரையில் பளிச்சிடுகின்றன. இதைப் போய் சொல்லலாமா?

பிரசாதத்தைக் கொடுக்கிறார். தேங்காய் அழகாக உடைந்திருப் பதைப் பார்த்து, அந்தப் பெண்மணியின் உள்ளத்தில் சந்தோஷம் பொங்குகிறது. கடைசியாக ஒரு முறை பிள்ளையாரை வணங்கி விட்டுக் கிளம்புகிறாள்.

'இதுக்காகத்தானே நான் ஸ்பேரா உள்ளே ஒரு தேங்காயை வெச்சிருக்கேன். அதை உடைச்சுக் குடுத்துட்டேன். அந்தம்மா மனசு உடையாம போனாளே. அது போறும். பிள்ளையாரே நீ அந்தம்மாவைக் கஷ்டத்திலேந்து காப்பாத்துப்பா.'

குருக்கள் பிள்ளையாரை வேண்டிக்கொள்கிறார்.

'அர்ச்சனை பண்ணணுமா? அபிஷேகம் ஆகப்போறது. அப்புறம்தான் பண்ணமுடியும்.'

'எவ்வளவு நேரம் ஆகும்?'

'அரை மணி ஆகும்.'

மனைவி, ஒரு வயதுக் குழந்தையுடன் வந்திருக்கும் சங்கரன், 'இங்கே ஓரமா உக்காந்துக்கலாம். அரை மணி தானே?'என்று மனைவியைப் பார்த்துச் சொல்கிறான்.

'அரை மணியா? கட்டாயம் இவன் தாங்க மாட்டான். உடம்பு வேற லைட்டா சுடறா மாதிரி இருக்கு. அதான் தீபாராதனை பாத்துட்டமே. போயிடலாமே?'

'என்னடி உளர்றே. இருபது ரூபா குடுத்து அர்ச்சனை தட்டு வாங்கி இருக்கு. ஒரு குழந்தையைப் பாத்துக்கத் தெரியலே?'

சங்கரன் கண்களை மூடி, 'சிவசிவ' என்று ஜபிக்கிறான்.

'ரொம்ப துள்ளறான். பசி வேற போலிருக்கு. குருக்கள் கிட்டே குடுத்திட்டு அப்புறமா அர்ச்சனை பண்ணச் சொல்லிடலாம்.

இல்லாட்டி அம்பாள் சந்நிதியிலே வேணா அர்ச்சனை பண்ணிட்டுப் போயிடலாமே.'

'சிவசிவ'வை நிறுத்திவிட்டு, சங்கரன் கண்ணைத் திறக்கிறான்.

'அர்ச்சனை பண்ணாம நான் கிளம்ப மாட்டேன். எங்கம்மா சொன்னது சரிதான். பக்திங்கிறது உங்க குடும்பத்துக்கே கிடையாது. கொழந்தையாம் கொழந்தை. எப்பப்பார் நை நை ன்னு அழற கொழந்தை. ச்சே! பேசாம அரைமணி உக்கார். சிவ... சிவ... சிவ...'

சில தந்தைகளுக்கு உபதேசம் தேவையாக இருக்கிறது!

★

நீங்க Mr. பர்ஃபெக்டா?

மூணு, நாலு நட்சத்திர வெயிட்டர்களுக்கு ஐந்து ரூபாய்க்குக் குறைவாக டிப்ஸ் செய்தால் அகௌரவம். ஆனால், குருக்களின் தீபாராதனைத் தட்டில் ஐம்பது பைசா போட்டால் அதிகம் என்று நினைக்காமல் இருந்தால் நீங்கள் ஒரு Mr. பர்ஃபெக்ட்.

செல்லும் இடத்துக்கு ஏற்றார்போல உடை அணிவது உசிதம் என்று கருதி, கோயிலுக்கு ஆஸிட் வாஷ்டு ஜீன்ஸும், 'ஐ வில் டு இட்' போன்ற விபரீத வாசகங்கள் கொண்ட டி ஷர்ட்டையும் அணியாமல், சுத்தமான வேட்டி சட்டை அணிந்து போனால் நீங்கள் ஒரு Mr. பர்ஃபெக்ட்.

கோயிலில் ஓடி ஆடி விஷமம் செய்யும் இரட்டை வாலை, 'சாமி கண்ணைக் குத்திடும்' என்று பயமுறுத்தாமல் இருந்தால் நீங்கள் ஒரு Mr. பர்ஃபெக்ட்.

திருவிழாவில் சுவாமி ஊர்வலத்தின்போது, சர்ர்ர்ர்ர்ர்..... டமால், டுமீல் என்று அதிர்வேட்டுகள் போட்டால் உங்கள் காதுகளை மூடிக் கொள்ளாமல், தூக்கி வைத்துக்கொண்டிருக்கும் குழந்தையின் காதுகளை மூடினால் நீங்கள் ஒரு Mr. பர்ஃபெக்ட்.

விபூதி குங்குமமோ, துளசி, மஞ்சளோ பெற்றுக்கொண்ட பின் கூட்டத்திலிருந்து விலகி, பின்னால் இருப்பவர்கள் முன்னே வர வழி விட்டு நகர்ந்தால், நீங்கள் ஒரு Mr. பர்ஃபெக்ட்.

மிகுந்த அந்தப் பிரசாதங்களைத் தூண் மூலைகளுக்கு அர்ச்சிக்காமல் கையோடு கொண்டு போன சிறிய பையில் போட்டு வைத்துக்கொண்டால் நீங்கள் ஒரு Mr. பர்ஃபெக்ட்.

நான்கு மணி நேரம் கால்கடுக்க வரிசையாக க்யூவில் நின்று, பின்னர் 'மிக்ஸிங்' என்ற பெயரால் ஆட்டு மந்தை யாகக் கர்ப்பக்கிரஹத்துக்குள் தள்ளப்படும் உங்களைப் பிடித்து இழுத்துப்போடும் ஊழியருடன் சுந்தரத் தெலுங்கில் குஸ்தி போடாமல், கிடைக்கும் ஒரு நிமிஷ நேரத்தில், கடவுளை மனதாரத் தொழுதிடும் மனப் பக்குவம் பெற்றிருந்தால் நீங்கள் ஒரு Mr. பர்ஃபெக்ட்.

கூட்டம் அலைமோதும் விசேஷ நாள்களில் அர்ச்சனை செய்யும் நீங்கள், வாக்காளர் பட்டியல் போலக் கையில் லிஸ்ட்டை வைத்துக் கொண்டு, உங்கள் குடும்பத் தினரைத் தவிர, அண்ணா, அக்கா, தம்பி, தங்கை மற்றும் உங்கள் மாமனார், மாமியார், மைத்துனன், மைத்துனி ஆகியோரின் கோத்திரம், பெயர், நடசத்திரம் மற்றும் ராசியைப் பார்த்துப் பார்த்துப் படித்து, உங்களின் இரு பக்கக் குடும்பப் பாசத்தை வெளிச்சம் போட்டுக் காட்டாமல் இருந்தால் நீங்கள் ஒரு Mr. பர்ஃபெக்ட்.

நேரம் பொன்னல்ல, பிளாட்டினம்! 13

ரகுநாதனின் நிச்சயதார்த்தம் நடந்து முடிகிறது.

அவனுடைய தந்தை சீனிவாசனின் கைகளை நண்பர் கணபதி குலுக்குகிறார்.

'ரகுநாதன் எல்லா இடத்துக்குமே லேட் டாகத்தான் போவான்னு ரொம்ப பயந்தியே. முக்கியமான ஃபங்ஷன்னா கூட ஒரு நாள் லேட்டாத்தான் வருவான். பிள்ளையார் சதுர்த்திக்குக்கூட மறுநாள் தான் வந்தான்னியே. அவனோட நிச்சய தார்த்தம்னா மட்டும் டாண்ணு டயத்துக்கு ஊர்லேந்து வந்துட்டானே!'

சீனிவாசன் சிரித்தார். 'போடா போ! அவனைப் பத்தி உனக்குத் தெரியாது. ரகு நாதன் வழக்கம்போல ஒரு நாள் லேட் டாத்தான் வந்தான். அவன் கிட்டே நிச்சய தார்த்தம் நேத்துன்னு சொல்லி வெச்சிருந் தேன். எப்படி என் ஐடியா?'

'ரகுநாதன் பிறந்ததுகூட லேட்டுதான். எங் களுக்குக் கல்யாணம் ஆகி பத்து வருஷம்

கழித்துத்தான் அவன் பிறந்தான். அம்மாவின் கர்ப்ப பையிலிருந்து என்னிக்கு வெளியே வரது? இன்னிக்கா, நாளைக்கா இல்லாட்டி அடுத்த மாசமான்னு யாரையோ உள்ளேயிருந்து டயல் பண்ணிக் கேட்டு முடிவு எடுக்க முடியாமல் முடங்கி இருந்தபோது, டாக்டர், அவன் அம்மாவின் வயிறைக் கிழித்து அவனை வெளியே கொண்டு வந்துவிட்டார்.'

'கல்யாணத்துக்குக் கிளம்பினால் சீமந்தத்துக்குத்தான் போய் நிற்பான். முதல் நாள் போக வேண்டிய த்ரீ டயர் பெர்த் டிக்கெட்டை டி.டி.ஆரிடம் காட்டி, 'எங்கேயா என்னுடைய பெர்த்'ன்னு சண்டை போடற ஆள் அவன்' என்று பெருமூச்சு விட்டார்.

ரகுநாதனைப்போல நீங்கள் லேட்டாகப் போகும் பழக்கமுடையவரா?

நீங்கள் வீணாக்குவது உங்கள் நேரத்தை மட்டுமல்ல. பலருடைய நேரத்தை.

வீட்டில் அறைக்கு ஒரு கடிகாரம். எதற்கு?

சின்ன முள், பெரிய முள்ளை மாத்திரம் பார்த்து விட்டு மணிக் கணக்கில், நிமிஷக் கணக்கில் லேட்டாகப் போகாமல், செகண்டு முள்ளைப்போல துரிதமாகச் சுழன்று வந்து செயல்படுங்கள் என்று உணர்த்துவதற்காகத்தான்.

உயிரோடு இருக்கும்போதே லேட் நடேசன், லேட் கணேசன், லேட் ராமநாதன் என்று பட்டப் பெயர் வாங்கிக் கொள்ளாதீர்கள்.

இந்தியன் ஏர்லைன்ஸ் சர்வாதிகாரியாக வானத்தைக் கோலோச்சிக் கொண்டிருந்த காலத்தில் என்னுடைய நண்பர் வாசுதேவன், கைப்பையில் சிட்னி ஷெல்டன் நாவல் ஒன்றை வைத்திருந்தார். 'டெல்லி போகிறேன். கண்டிப்பா ஃபிளைட் லேட்டாகும். ஏர்போர்ட்டில் படிச்சு முடிச்சுடுவேன். நீங்க எங்கே போறீங்க?'

'கல்கத்தா. அந்த ஏர்போர்ட்டிலே இன்னும் டிலே ஆகும். அதனால தான் டால்ஸ்டாயோட போரும் அமைதியும் தலைகாணியை எடுத்துக்கிட்டு போறேன்.'

'போன வாரம் கல்கத்தா ஏர்போர்ட்டிலே கலாட்டா ஸார். சென்னை செல்ல வேண்டிய விமானம் கிளம்பத் தயாரா இருந்தும் கிளம்ப வில்லை. டிலேக்குக் காரணம் என்னன்னு கேட்டால், விமானப் பேரிளம் பணிப்பெண் சிடுசிடுப்புடன் 'ஆபரேஷனல்

பிராப்ளம்'னு அளந்து கொண்டிருந்தா. ஒண்ணரை மணி நேரம் கழிச்சு மாண்புமிகு அமைச்சர் ஒருவர் ஆள் படை அம்புடன் விமானத்துக்குள் நுழைந்தார். எல்லா பாஸஞ்சர்களுக்கும் ஜிவு ஜிவுன்னு கோவம் வந்துடுச்சு. 'லேட்டாக வந்த அமைச்சரை இறக்கு. இவ்வளவு பேரைக் காக்க வைத்து அவமதித்த அமைச்சரை வெளியேற்று'ன்னு கோஷம் போட்டு கலாட்டா பண்ணினாங்க. அப்புறம் என்ன? தாமதமிகு அமைச்சரை வலுக்கட்டாயமாக இறங்க வெச்சுட்டாங்க.'

சூரியனும், சந்திரனும் என்றைக்காவது லேட்டாக வந்திருக்கிறதா?

ஆபீஸுக்கு லேட்டாக வந்த சிப்பந்தியைப் பார்த்து மேனேஜர் கேட்டார்

'நீங்க இங்க ஒன்பது மணிக்கு வந்திருக்கணும்.'

வழியிலே கேப்டன், த்ரிஷாவுடன் சேர்ந்து நடிக்கும் அவுட்டோர் ஷூட்டிங்கை வேடிக்கை பார்த்துக் கொண்டிருந்துவிட்டு லேட்டாக வந்த சிப்பந்தி மிகுந்த ஆவலுடன் கேட்டார் 'ஏன் ஸார்? அப்போ ஆபீஸிலே ஏதாவது இன்டரஸ்டிங்கா நடந்ததா?'

'ம்? இனிமேல்தான் நடக்கப் போகிறது' என்று அவர் சீட்டைக் கிழித்து வீட்டுக்கு அனுப்பினார்.

'ஏன் லேட்டு?' என்ற கேள்விக்கு வழக்கமாகத் தரப்படும் அர்த்தமற்ற பதில் 'நேரமாயிடுச்சு!'

கடிகாரத்தை ரிப்பேருக்காகக் கொடுத்தார் ஒருவர். 'அடுத்த வாரம் புதன்கிழமை வாங்க' என்று கடைக்காரர் சொன்னார். அடுத்த வாரம் அந்த ஊரில் பூகம்பம் ஏற்பட்டது.

இயல்பு வாழ்க்கை திரும்பிய பின், இரண்டு மாதம் கழித்து திறக்கப்பட்ட கடைக்குள் கஸ்டமர் நுழைந்தார். 'கடிகாரம் ரிப்பேராகி விட்டதா?' என்று கேட்டார்.

'அடுத்த வாரம் புதன் கிழமை வாங்க' என்றார்.

கண்ணதாசன் சொன்னபடி, ஒவ்வொருவருக்கும் ஒரு மதம். ஆனால் பலருடைய மதம் தாமதம்.

டி.வி.எஸ். பஸ்கள் மதுரையில் ஓடிக்கொண்டிருந்த காலம். ஒவ்வொரு பஸ்ஸிலும் இரண்டு கண்டக்டர்கள். பெரிய நோட்டைக் கொடுத்தாலும் சுளிக்காமல் சில்லரை தருபவர்

கள். அதிகமாகக் கைக்கடிகாரங்கள் பிரபலமாகாத அக்காலத்தில் நேரம் தவறாது வரும் பஸ்கள்.

'பாண்டி ஆபீஸுக்கு நேரத்துக்கு வந்திடுவாரே? இன்னும் வரக் காணுமே?'

'அதெல்லாம் பஸ்ஸிலே வந்திருந்தப்போ. இப்போ மோட்டார் சைக்கிள் வாங்கிட்டார் இல்லையா? அதான் லேட்டு.'

தேவலோகத்தில் கடவுளின் சபையில் எல்லோரும் கூடி இருந்தார்கள். பூலோகத்துக்கு முதல் முறையாக அனுப்பத் தேர்வு செய்யப்பட்ட இரண்டு தேவதைகள் அன்று கடவுளிடமிருந்து முறையாக விடை பெற்றுக்கொண்டு புறப்பட வேண்டிய தினம்.

'எங்கே அவர்கள்?' என்று கடவுள் கேட்டார்.

'தெரியவில்லை' என்று பதில் வந்தது.

அரை மணி நேரம் கழித்து, மூச்சிரைக்க ஓடி வந்த இரண்டு தேவதைகள், கடவுள் முன் தலை குனிந்து நின்றனர்.

'எங்கே போயிருந்தீர்கள்? ஏன் நேரத்துக்கு வரவில்லை?' என்று கடவுள் கேட்டார்.

'முதல் தேவதை சொல்லிற்று: 'ஐயனே, பூலோகத்துக்கு முதல் முறையாகச் செல்ல இருக்கிறேன். என் உருவம் பளிச்சென்று இருக்கவேண்டும் என்ற நோக்கத்துடன் ஒப்பனையில் ஈடுபட்டேன். நேரமாகி விட்டது, என்னை மன்னித்து அருள வேண்டும்.'

கடவுள் இரண்டாவது தேவதையை நோக்கிக் கண்களாலேயே நேரம் கடந்து வந்த காரணத்தைக் கேட்டார்.

'மகாப் பிரபோ! முதன் முறையாக நான் பூலோகம் செல்ல இருப்பதால் அங்கிருப்பவர்களைப் பாடி மகிழ்விக்கப் பிரியப்பட்டேன். அதனால் தகுந்த குரல் பயிற்சி செய்து கொண்டிருந்தேன். நேரமாகிவிட்டது, என்னை மன்னித்து அருள வேண்டும் என்று சொல்லிற்று.

கடவுள் முதல் தேவதையைப் பார்த்துச் சொன்னார். 'உங்களை மன்னித்தால் மற்றவர்கள் காலத்தின் அருமையை உணர மாட்டார்கள். அதனால் புற அழகை மதித்து, உடலை ஒப்பனை செய்து நேரம் கடத்திய நீ பூலோகத்துக்கு மின்னலாக அவ்வப்போது

சென்று வருவாய். ஆனால் நீ தோன்றும் போதெல்லாம் பூலோக வாசிகள் கண்களை மூடிக் கொண்டு விடுவார்கள்.

‘குரல் பயிற்சி என்று காலம் கடத்திய நீ அவ்வப்பொழுது பூலோ கத்துக்கு இடியாகச் சென்று வருவாய். நீ போடும் சத்தத்தைக் கேட்கும்போதெல்லாம் பூலோக வாசிகள் காதுகளை இறுக மூடிக்கொண்டுவிடுவார்கள்.’

‘நேரத்தின் அருமையை அறியாதவர்களுக்கு இந்தத் தண்டனை ஓர் எச்சரிக்கையாக இருக்கட்டும்.’

இடி போல வீட்டில் இறங்கும் விருந்தினர்கள் மின்னலாக மறைந்து விடுவதுதானே நியாயம்?

பூந்தமல்லி ஹைஸ்கூலில் நான் படிக்கும்போது இருந்த ஹெட்மாஸ்டர், அவருடைய ரூமில் காலடி வைக்கும்போது, கடிகாரம் டாண் என்று அடித்து, 9.30 என்று காட்டும். தாமத மாகவோ அல்லது துரிதமாகவோ ஓடும் கடிகாரம் அவர் வருகையைப் பார்த்து முள்களைத் திருப்பி, நேரத்தைச் சரி செய்து கொள்ளும்.

அவர் ரூமுக்கு வெளியில் உள்ள தாழ்வாரக் கோடியில் இரண்டு அடி நீளம் உள்ள ஒரு ரயில் தண்டவாளம் தொங்க விடப் பட்டி ருக்கும். அதில் உள்ள ஓட்டையில் பெல் கட்டை சொருகி வைக்கப்பட்டிருக்கும்.

பிரேயர் மணி, பீரியட் மணி, இன்டர்வல் மணி, லஞ்ச் மணி, கடைசி மணி என்று அந்தத் தண்டவாளம் ப்யூன் பரசுராமனிட மிருந்து அடிக்கடி அடி வாங்கிக் காலம் காலமாக உழைத்து ஓடாகி இருக்கும்.

சரியாக மதியம் ஒண்ணே காலுக்கு வீட்டுக்குப் போய் சாப்பிடா விட்டால் ஹெட்மாஸ்டருக்குத் தலை வெடித்துவிடும். மணி ஒண்ணு ஆனவுடன் அவர் வயிற்றில் கணகண என்று பசி மணி அடித்துவிடும். தண்டவாள மணியை அடிக்க பரசுராமன் அருகில் இல்லை என்றால் அவரே விசையாக நடந்து மணியை அடித்து விட்டு, வீட்டுக்கு நடையைக் கட்டுவார்.

நடுநிசியில் காலிங் பெல் சத்தம் கேட்கிறது. லுங்கியை இறுகக் கட்டிக் கொண்டு குமார் கதவைத் திறக்கிறான். வெளியே ஒரு இளம் பெண். தோளில் கரிய லேப்டாப் பை. கண்களில் தூக்கம். சுற்றி கரிய வளையங்கள்.

‘நீங்க யாரு?’ ஏமஞும கண்களுடன் குமார் கேட்கிறான்.

‘நான் யாரா? நல்லா இருக்கே? என் வீடு இது. ஆமா நீங்க யாரு? தாடியும் மீசையுமா?’

ஹாலுக்கு வந்த குமாரின் அம்மா அலுத்துக் கொண்டாள்.

‘நல்ல கூத்து இது. சாஃப்ட்வேர் கம்பெனியிலே, நேரம் காலம்னு பாக்காம நாள் கணக்கா வேலை செஞ்சுட்டு ஒருத்தரை ஒருத்தர் பாக்காம இருந்தா புருஷன் பெண்டாட்டிங்கிறதுகூட மறந்து போயிடுமா என்ன?’

‘சீக்கிரம் போனா சீக்கிரமா வந்துடலாம் என்கிறது சரி. ஆனா அதுக்கு ஒரு விதி விலக்கு இருக்கு தெரியுமா?’

‘அப்படியா? தெரியாதே.’

‘விமானத்திலே அடிக்கடி போற பயணிகளைக் கேட்டா சொல்வாங்க. முன்னாடியே போய் செக் இன் பண்ணினவங்க லக்கேஜுகளெல்லாம், இறங்கின விமான நிலைய கன்வேயர் பெல்டிலே கடைசியிலேதான் வரும். ஆனா விமானம் கிளம்பறதுக்குச் சில நிமிஷங்களுக்கு முன்னே வந்தவரோட லக்கேஜ் பிளேனில் அடி வயத்திலே கடைசியா வைக்கப்பட்டு இறங்கிற இடத்திலே முதலிலே எடுக்கப்பட்டுவிடும். இது எப்படி இருக்கு?’

குமாரின் சோதனை ரிப்போர்ட்டுகளை டாக்டர் பார்த்துக் கொண்டு இருக்கிறார்.

‘ஸார், உங்களுக்கு வந்திருக்கும் பிராப்ளம் ‘அமெரிக்கன் டைம் ஸின்ட்ரோம்.’

‘அப்படீன்னா? கேள்விப்பட்டதில்லையே?’

‘ உங்க அமெரிக்க கிளையன்ட்டுகள் முழிச்சிக்கிட்டு இருக்கிற பகல் நேரத்திலே நீங்க வேலை செய்யணும்ங்கிறதுக்காக, உங்க தூக்கத்தை விட்டுவிட்டு, இப்படி ஒரு டைவர்ஷனும் இல்லாம வேலை செஞ்சா இப்படித்தான் ஆகும். முப்பத்திரண்டு வயசிலேயே உங்களுக்கு ஷுகர் இருக்கு. ரத்த அழுத்தம் இருக்கு. வெயிட் பதினைஞ்சு கிலோ அதிகம். அதைத் தவிர கொலஸ்ட்ரால், ட்ரைகிளிஸரைட்ஸ் எல்லாம் லெவலுக்கு மேலே தூக்கலா இருக்கு.’

குமார் திகைக்கிறான்.

'சிவலிங்கத்தையே சதா பார்த்துக்கிட்டு இருக்கிற நந்தி மாதிரி கம்ப்யூட்டரையே வெறிச்சுப் பார்த்து உட்கார்ந்துக்கிட்டு இருந்து ஒரு 'ஒர்க் ஸ்டேஷன் பொட்டேடோவா' நீங்க மாறியாச்சு. நீங்க மருந்து சாப்பிடணும். நேரத்தை ரிலாக்ஸேஷனுக்கு ஒதுக்க ணும். சுருக்கமா சொல்லணும்னா உங்க லைஃப் ஸ்டைலையே மாத்திக்கணும்.'

நேரத்துக்கு வீடு திரும்பிக் கதவைத் தட்டாமலிருந்தால், ஆரோக்கியம் கதவைத் திறந்து வெளியே போய்விடும்.

எனக்குத் தெரிந்த பெரியவர் ஒருவர். காலை எட்டு மணிக்கு ஒருவரைச் சந்திக்கிறேன் என்று வாக்குக் கொடுத்து விட்டால் அவர் போக வேண்டிய வீட்டில் 7.59க்கு இருக்க மாட்டார். சரியாக எட்டு மணி அடிக்கும்போதுதான் உள்ளே நுழைவார். யாரையும் காக்க வைக்க மாட்டார். யாருக்காகவும் காத்திருக்க மாட்டார்.

சாகும் தறுவாயில் அவருடைய மூத்த பிள்ளையைக் கூப்பிட்டார்.

'அநேகமா இன்னிக்கு ராத்திரி நான் போயிடுவேன்னு நினைக் கிறேன். யார் யாருக்கு ஃபோன் பண்ணித் தகவல் குடுக்கணும்னு இங்கே லிஸ்ட் எழுதி வெச்சுருக்கேன். நாளைக்கு சாயந்தரம் சரியா அஞ்சு மணிக்கு என் பாடியை எடுத்திடணும். 'மீட்டிங் கிலே மாட்டிக்கிட்டேன்னு ஒரு ஃபோன் கால். அப்புறம் டிராஃபிக்கிலே மாட்டிக்கிட்டேன். இதோ வந்துக்கிட்டே இருக்கேன். கொஞ்ச நேரம் டிலே பண்ணுங்க'ன்னு அடுத்த ஃபோன் காலிலே சொல்றவருக்காகக் காத்திருக்க வேணாம். தேவைப்பட்டால் அவர்களை நான் மேல் லோகத்திலே பார்த்துக்கிறேன்' என்று சொல்லி கடைசி மூச்சை விட்டார். அவர் வருகைக்காக மயான சிப்பந்தியைக்கூடக் காத்திருக்க வைக்கவில்லை.

'சித்திரகுப்தனே அவரோட பங்க்ச்சுவாலிடியை மதித்து, அவர் கணக்கைத் தயாராக வைத்திருந்திருப்பான். அவருக்குக் கொடுக்க வேண்டிய தண்டனையோ, வரத்தையோ யமதர்ம ராஜன் தள்ளிப் போட்டால், அவர் யமனையும் சும்மா விடமாட்டார்' என்று சாம்பலாகிக் கொண்டிருந்த சிதையைப் பார்த்து நான் நினைத்துக் கொண்டேன்.

மெல்ல நகரும் எருமை மாட்டை வாகனமா வைத்திருந்தாலும் குறித்த நேரத்துக்குத் தவறாமல் வருபவர் யமதர்மராஜனாகத் தான் இருக்க வேண்டுமா?

★

கற்பனை வளத்துடன் சாக்கு போக்கு சொல்லாமல் குறித்த நேரத்துக்கு வருபவர் Mr. பர்ஃபெக்ட்.

நேரம் தவறினால் தொலைபேசி மூலம் தகவல் தெரிவித்து மன்னிப்பு கோருபவர் Mr. பர்ஃபெக்ட்.

எல்லோரும் லேட்டாகத்தான் வருவார்கள். நாமும் லேட்டாகப் போனால் என்ன என்று நினைத்து 'இண்டியன் பங்க்ச்சுவாலிடி' என்ற அடைமொழிக்குச் சான்றாக இல்லாமல் இருப்பவர் Mr. பர்ஃபெக்ட்.

பந்தயங்களில் முதலாவதாக வந்தால் கௌரவம். விழாக்களுக்கு அவ்வாறு வந்தால் அகௌரவம் என்று கருதாமல் இருப்பவர் ஒரு Mr. பர்ஃபெக்ட்.

காத்திருந்தும், காக்க வைத்தும் நாடித் துடிப்புகளை விரயம் ஆக்காமல் இருப்பவர் Mr. பர்ஃபெக்ட்.

'ஒத்திப் போடறதுன்னா என்ன அர்த்தம் அப்பா?' என்று உங்கள் பிள்ளை கேட்டால், 'நாளைக்குச் சொல்றேண்டா' என்று தள்ளிப் போடாதவராக இருந்தால் நீங்கள் ஒரு Mr. பர்ஃபெக்ட்.

நீங்க Mr. பர்ஃபெக்டா?

கச்சேரியில் அபஸ்வரங்கள் 14

அகாதெமியில் சஞ்சய் சுப்ரமணியம் பைரவி ராக கீர்த்தனையை அட்டகாசமாகப் பாடி முடிக்கிறார்.

டோனர் வரிசையில் உட்கார்ந்திருக்கும் கைலாசம் பின் பக்கம் திரும்புகிறார்.

'ஸார், நீங்க சஞ்சய் சுப்ரமணியத்தோட தம்பியா?'

'நானா? இல்லையே?'

'அண்ணாவா?'

'இல்லியே?'

' ட்வின் பிரதரா?'

'இல்லியே? ஏன் கேக்கறீங்க?'

'அவரோட சிஷ்யரா?'

'இல்லையே? எதுக்குக் கேக்கறீங்க?'

'கூடவே பாடிண்டு வரீங்களே? சஞ்சயோட பிரதராவோ, சிஷ்யராவோ

இருந்தா, அவரோட மேடை ஏறிப் பாடலாம். ரெண்டும் இல்லாம என் பின்னாலேந்து கூடக் கூடக் பாடினா எப்படி? நான் சஞ்சய் பாடறதைக் கேக்க வந்திருக்கேன். சஞ்சயைத் துரத்திக்கிட்டே நீங்க பாடற பின் பாட்டைக் கேக்க வரலே. நன்னா பாட்டு கத்துக்கிட்டு, சரஸ்வதி கிருபையால உங்களாலே முழு நீளக் கச்சேரி பண்ண முடிஞ்சா, மேடை ஏறுங்க. பாடுங்க. நா கடைசி வரை உக்காந்து ஆனந்தமாக் கேக்கறேன். கை தட்டறேன். அதுவரை தயவு செய்து வாயைத் திறக்காம காதை மாத்திரம் திறந்துக்கிட்டு இருக்கீங்களா? தேங்க்ஸ். அண்டு நோ தேங்க்ஸ்.'

விமரிசனத்தின் காரமான நெடி தாங்காமல் பின் சீட்டுக்காரர் விசுக் கென்று எழுந்து போய்விடுகிறார்.

கூட சேர்ந்து சுருதி பேதத்துடன் ரசிகர் பாடினால் அது கச்சேரி அல்ல. பஜனை!

'ஸார் சாயந்தரம் ஏதாவது புரோக்ராம் இருக்கா?'

'இல்லையே?'

'கச்சேரிக்குப் போகலாமா?'

'வரேன். யார் கச்சேரி? எங்கே?'

'அதுக்கு முன்னாடி சில கேள்விகளுக்கு நீங்க பதில் சொல்லணும்.'

'கேள்விகளா? என்ன புதிரா இருக்கே.'

'உங்களுக்கு டயாபடீஸ் இருக்கா? அடிக்கடி பாத்ரூம் போக வேண்டி வருமா?'

'கட்டாயம் போயாகணும். பிளாடர் என்னோட நெம்பர் ஒன் எதிரியாச்சே.'

'நீங்க பசி தாங்குவீங்களா?'

'மாட்டேன். மணிக்கு ஒரு தடவை ஏதாவது சாப்பிட்டுண்டே இருக்கணும்.'

'லேட்டானா வீடு திரும்ப பைக், இல்லாட்டி கார் இருக்கா?'

‘கிடையாது. பஸ், ஆட்டோவைத்தான் நம்பியாகணும்‘

‘அப்போ நீங்க கச்சேரிக்கு வர வேண்டாம்.’

‘ஏன் ஸார்?’

‘ரெண்டரை மணி நேரக் கச்சேரியில் நீங்க மினிமம் மூணு தடவையாவது எழுந்து போயிட்டு வருவீங்க. துக்கடா பாடும் போது கடிகாரத்தைப் பாத்துட்டு பஸ்ஸையோ ஆட்டோவையோ பிடிக்க எழுந்திடுவீங்க. அந்தப் பாடகருக்கு அப்படி செஞ்சா கோபம் பொத்துக்கிட்டு வந்திடும். பாட்டை நிறுத்திட்டு ஒரு லெக்சரே குடுப்பார். தேவையா? நான் தனியா போயிட்டு வரேன்.’

சபையில் இருக்கும் எல்லோரும் ஆரோக்கியமானவர்கள், வசதி படைத்தவர்கள் என்று பாடகர் நினைக்கலாமா?

அடிக்கடி கச்சேரிக்குப் போகிறவராக இருந்தால் நீங்கள் சபை யில் இந்த கேரக்டர்களைப் பார்த்திருக்கலாமே?

1. ***மிஸ்டர் பிஸி ரீடர்:*** *வாசகர் கம் சங்கீத ரசிகரான இவர், காலையில் படிக்காமல் விட்ட ஹிண்டு பேப்பரைப் பிரித்து, உயர்த்தி, தாழ்த்தி, நாலாக மடித்து, மறுபடியும் பிரித்து, பக்கத்து சீட்காரர்களை பேப்பரின் வீச்சுகளுக்கு இடம் கொடுக்க ஒதுங்க வைத்தாலும், ஒரு சேனலில் பாட்டை ரசித்து ரஸமான பகுதிகளில் தலையை ஆட்டுவார். ச்சுச்சூ என்று சர்டிபிகேட் கொடுப்பார். பேப்பரை கொடிபோல உயர்த்திப் புகழாரம் சூட்டுவார். பேப்பரால் விசிறிக் கொண்டு தான் ஒரு விசிறி என்று சிம்பாலிக்காகக் காட்டிக் கொள்வார்.*

2. ***மிஸ்டர் பொஸஸிவ்:*** *இவருக்குப் பிடித்த பாடகர் முடி போன சீனியர் சிட்டிஸனாக இருந்தாலும், ஒரு தாயின் பெருமை யுடன் அவர் பாடுவதை ரசிப்பார். நிரவல்கள் செய்யும் போது, பக்கவாட்டிலும், பின் பக்கமும் திரும்பி, முன் பின் தெரியாதவர்களிடம், ‘பாத்தீங்களா என் குழந்தை என்னமா பாடறா’ என்று புருவத்தை உயர்த்தி, கண் ஜாடைகள், மற்றும் சமிக்ஞைகள் செய்து, ஈன்ற பொழுதின் பெரிதுவக்கும் தாயாக, சோளா பூரியாகப் பூரித்துப் போவார்.*

3. ***மிஸ்டர் செல்லம்:*** *கர்நாடக சங்கீதத்தை நுனிப் புல்லாக மேயாமல், ஆடு தழை தின்னுவது போல ரசித்து மேயும் இவர், சுருதி, பாட்டு, வயலின், மிருதங்கம், கஞ்சிரா இவற்றின்*

சேர்மானம் பிரமாதமாக அமைந்து விட்டால், தன்னுடைய வெற்றிலைச் செல்லத்தை திறந்துவிடுவார். தளிர் கும்பகோண வெற்றிலையைப் பாசத்துடன் தடவி, சுண்ணாம்பால் வெள்ளை அடித்து, அதை வறுத்த சீவல்களோடு உறவாடிக் கொண்டிருக்கும் வாயில் திணித்து, அந்தக் கலவையை இடது தாடையில் அடக்கிக் கொள்வார். குழம்பில் கொதி வரும் போது கறிவேப்பிலையைப் போடுவது போல, ஒரு கொத்துப் பன்னீர்ப் புகையிலையும் அதில் சேர்த்துக் கொள்வார். தலை தூக்கி, கண்களை மோன நிலையில் மூடி, மகுடிக்கு ஆடும் நாகப் பாம்பு போல தலையை ஆட்டி, அந்தப் பாம்பு அடிக்கடி நாக்கை நீட்டுவதுபோல, தாம்பூலக் கலவையை ஒரு தாடை யிலிருந்து மறுதாடைக்குத் துப்பிவிடாமல் மாற்றி இசையை ரசிப்பார்.

4. **மிஸ்டர் டோன்ட் கேர்:** மனைவி, சபாவுக்கு வசதியாகப் போய் வர கார் ஓட்டி வந்த இவருக்கு வாதாபியும் தெரியாது, பட்டாபியும் தெரியாது. வித்துவான் சங்கீத தேவதைகளை ஸ, ப, ஸ சொல்லி அழைத்த உடனேயே இவர் நித்திரா தேவியை அழைத்து விடுவார். கச்சேரி முடியும் வரை சிணுங் காமல், சத்தம் போடாமல் பாப்பாவாகத் தூங்குவார். பாடகர் 'பவமான' என்று மங்களத்தை ஆரம்பிக்கும்போது, இவரு டைய மனைவி முட்டியால் விலாவில் குத்தினால், 'எஸ்... எஸ்... எஸ்! நான் தூங்கலை... தூங்கலை... கேட்டுட்டுத் தான் இருக்கேன் பிரமாதம்... கேட்டுட்டுதான் இருக்கேன் எஸ்... எஸ்... கேட்டுட்டுத்தான் இருக்கேன்...' என்று தன்னிலை விளக்கம் அளிப்பார்.

5. **மிஸ்டர் ராக சுதாகரன்:** சுருதியும், லயமும்போல இவர் தன்னுடைய மனைவியுடன் சபையை அலங்கரிப்பார். 'ம்' என்று பாடகர் ஆரம்பிக்கு முன்னே, 'பைரவி, பைரவி' என்று ஏதோ மச்சினியைக் கூப்பிடுவதுபோலக் கூக்குர லிடுவார். மனைவியும் பைரவிதான் என்று தன் ஒப்புதலை அளிப்பாள். ராக ஆலாபனையில் பாடகர் சில மீட்டர்கள் தாண்டினவுடன், 'இல்லேடி மோகனம் மாதிரி இருக்கு. மோகனம்தான்' என்பார். அவர் மனைவியும் மோகனம்தான் என்று வழிமொழிவாள். இன்னும் கொஞ்சம் ஆலாபனை பயணித்தவுடன், 'மோகனம் மாதிரி இல்லே. கரகர ப்ரியா மாதிரி இருக்கு' என்பார். அவருடைய மனைவியும்

அவ்வாறே நினைத்ததாகச் சொல்வார். இந்த உரத்த கன ராக ஆராய்ச்சியைத் தாங்கிக் கொள்ளும் சக்தி இல்லாத பின் சீட்டுக்காரர், தலையை ஆமையாக முன்னே நீட்டி, 'ஸார், இது தோடி' என்று கடித்த பற்கள் ஊடாக ஆஸிட் சொட்டச் சொல்லி தலையை ஓட்டுக்குள் இழுத்துக் கொண்டுவிடுவார்.

6. **மிஸ்டர் கேன்டீன்வாலா:** மியூசிக் சீஸனில் இருபத்தாறு கச்சேரி செய்யும் இளம் பாடகியை விட மிகவும் பிஸியாக இருப்பவர் இவர். டைம் டேபிள் போட்டுக் கொண்டு, நாரத கான சபாவில் காலை டிபன், அகாதெமியில் லஞ்ச், மயிலாப்பூர் ஃபைன் ஆர்ட்ஸில் மத்தியான டிபன், வாணி மகாலில் ராத்திரி பலகாரம் என்று முதல் நாள் ஆரம்பித்த இந்த ஷெட்யூலை, மற்ற நாள்களில், முன்னரே தெரிந்து கொண்ட மெனுவுக்கு ஏற்ற முறையில் மாற்றி, சபா உலா வரும் இவருக்கு, சென்னை கேடரர்ஸ் அசோசியேஷன் (Regd.) 'சிற்றுண்டி சிரோன்மணி' அல்லது 'சாப்பாடு சாம்ராட்' என்ற விருதை வழங்க முன்வந்தார்கள். 'எனக்கு விருது, கிருது எல்லாம் வேண்டாம்' என்று இவர் சொல்லி விட்டாலும், கண் பட்டு விடப் போகிறது என்று அதை மறுத்து விட்டதாக கேன்டீன் வட்டாரங்களில் பேசிக் கொள்கிறார்கள்.

இசையை ரசிக்க வருபவர்கள் உங்கள் சேட்டைகளை ரசிக்கத் தாவாமல் பார்த்துக் கொள்ளுங்கள்.

ராகம், தானம், பல்லவியின்போது ரமணனின் சட்டைப் பாக்கெட் கிர்... கிர்... கிர்... என்று தும்பிப் பூச்சியாக உதறுகிறது. அதிர்ச்சியுடன் வைப்ரேட்டரில் போட்டிருந்த பொடி டப்பா சைஸ் செல்ஃபோனை எடுக்கிறார். உடம்பை நாகலிங்கப் பூ மாதிரி குனிந்து கொண்டு பேசுகிறார்.

'கச்சேரியில் உக்காந்துக்கிட்டு இருக்கேன். என்ன வேணும்? டிஸ்டர்ப் பண்ணாதே.'

மறுமுனை கோபத்துடன் கொரகொரக்கிறது.

'இன்னிக்கா? மறந்து தொலைச்சுட்டேன். காலையிலேயே ஞாபகப்படுத்தி இருகிறதுதானே? மனசுக்குள்ளே பெரிய ராணின்னு நினைப்பு.'

மறுமுனை ஜவாபாக இன்னும் சத்தமாகக் கொரகொரக்கிறது. இடது, வலது சீட்டுகள், அருமையான கச்சேரியைக் கேட்பதா?

சம்பந்திச் சண்டை மறைந்த இந்தக் காலத்திலும் விடாமல் தொடரும் தம்பதி சண்டையைக் கேட்பதா என்று அல்லாடிக் கொண்டு இருக்கிறார்கள்.

‘சரி, சரி கத்தாதே. இதோ கிளம்பி வரேன்.’

இரண்டு பக்கமும் திரும்பிப் பார்க்கிறார்.

ஒரு சீட்டுகூட காலி இல்லாத ஃபுல் ஹவுஸில், சீட் வரிசையில் தராசுக் கோலின் முள் போல நட்ட நடுவில் உட்கார்ந்திருக்கிறார்.

முன் பக்கம் வளைந்ததால் துருத்திய பின் பக்கம், யார் மீதும் படாமல் சுமார் இருபது கால்களை மிதித்துக் கொண்டு நீந்தி வெளியே வந்து வெளி ஹாலில் விழுகிறார். கடும் பார்வைகளால் சுட்டெரிக்கப்பட்ட பின்பக்கம், திகுதிகு என்று எரிவதுபோல ஓர் உணர்வு.

‘திரும்பி வருவீங்களா ஸார்’ என்று வாயில் காப்போன் அவுட் பாஸுடன் கேட்கும்போது ஃபோன் மறுபடியும் கிர்கிர்கிருக்கிறது.

‘அதான் வந்து தொலையறேனே? மறுபடியும் என்ன?’

‘என் தம்பி இப்பத்தான் ஃபோன் பண்ணினான். அவனே பாத்துக்கிறானாம். நீங்க வரவேண்டாம். கடைசியா பாடற அபங்கோ, நலங்கோ அதுவரைக்கும் முழுசாக் கேட்டு, கை தட்டிட்டு வாங்கோ.’

> **ஸ்டார் கச்சேரியின் போது செல்ஃபோனை காதிலே விட்டுட்டு அப்புறம் குடையறதே குடையறதே என்று சொன்னால் எப்படி?**

ஓசி டிக்கெட் கிடைத்த இரண்டு சூப்பர் சீனியர் சிட்டிசன்கள் பாடுபவருக்கு நேராக மூணாவது ரோவில் உட்கார்ந்து இருக்கிறார்கள். கச்சேரி அமர்க்களமாக ஆரம்பிக்கிறது.

ஸ்வெட்டர், அதற்குமேல் தானே பொன்னாடை போர்த்திக் கொண்டதுபோல ஷால், தலையில் குரங்குக் குல்லாய், விக்ஸ், அமிர்தாஞ்சன், டைகர் பாம் வாசனை. டாக்டருடைய வெயிட்டிங் ரூமில் உட்கார்ந்து இருப்பவர்களின் கெட் அப்புடன் இருவரும் தோற்றமளிக்கிறார்கள்.

‘கொல்... கொல்... கு... கு... குப்புசாமி, ரெண்டு நாளா... ரெ... ரெண்டு நாளா இரு... கொல்லு கொல்லு... மல்டா. கொல்... கொல்... கொல்லு...கொல்லு... கொல்... கொர்.’

‘எ... எ...னக்கும்... ஹச்... ஹச்... அச்... அச்... அஹிச்சூ! ப... பயங்கரமான கோல்டுடா. மூ... மூ... மூக்கு அடைச்சிண்டு... ஹச்... ஹச்... அஹிச்சூ...’

‘லொக்... லொக்... டா... டா... கர்... கொர்...’

‘ஹச்... ஹச்... டாக்டர் கிட்டே... ஆ... ஆ... போனயான்னு... குர் குர்... கேக்கிறயா... என் பிள்ளைதான்... அச்... அச்... அச்... ஆஹிச்சுஊ...’

பாடுபவர் அவர்களைப் பார்த்து இரண்டு கைகளையும் கூப்பி, உலகத்திலேயே யாரும் செய்ய முடியாத, சத்தம் போடாமல் தும்மும், இருமும் சாகஸத்தைப் பண்ணும்படி கண்களாலேயே வேண்டிக்கொள்கிறார்.

‘நீங்கள் பாட்டுப் பாடுங்கள். இதெல்லாம் சகஜம்’ என்கிற ரீதியில் இரண்டு சீனியர்களில் சீனியர் கையால் சைகை செய்துவிட்டு, சபாவே அதிரும்படி தொடர்ந்து ஆறு தடவை தும்முகிறார்.

சங்கீதம் மற்ற நோய்களைக் குணப்படுத்தலாம். தும்மலையும் இருமலையும் குணப்படுத்துமா என்று குன்னக்குடியைத்தான் கேட்க வேண்டும்.

★

வித்துவான் வாசிப்பது மாண்டலினா, வீணையா, விசித்திர வீணையா, என்று கூடத் தெரியாமல் பக்கத்தில் உட்கார்ந்து உங்களைப் பிடுங்கி எடுக்கும் அடுத்த சீட்டுக்காரரின் மென்னியை, சிக்கிய மினரல் வாட்டர் பாட்டிலின் மூடியாகப் பிடித்துத் திருகாமல் இருந்தால் நீங்கள் ஒரு Mr. பர்ஃபெக்ட்.

நீங்க Mr. பர்ஃபெக்டா?

பரதநாட்டிய நிகழ்ச்சியின்போது, ஆடிட்டோரியத்தில் விளக்குகள் அணைக்கப்பட்டு விடுவதால், இருட்டில் தடுமாறி லேட்டாக வரும் தாட்டியான நாகரிக மூதாட்டி

களுக்கு உங்கள் செல் விளக்கால் வழிகாட்டி, உங்கள் மேல் அவர்கள் 'சொத்' என்று தபால் பை போல விழாமல் பார்த்துக் கொண்டால் நீங்கள் ஒரு Mr. பர்ஃபெக்ட்.

நாடக பிராம்ப்டர் மாதிரி தடியான 'கீர்த்தனை மாலை' புத்தகத்தை மடியில் வைத்துக் கொண்டு, எந்தெந்த வித்துவான் எந்தெந்தச் சரணத்தை முழுங்கி விட்டார் என்று பக்கத்தில் இருப்பவரிடம் எடுத்துச் சொல்லாமல் இருந்தால் நீங்கள் ஒரு Mr. பர்ஃபெக்ட்.

தனி ஆவர்த்தனத்தின்போது, பலர் எழுந்து பாத்ரூம் நோக்கிப் படை எடுப்பதை கவனிக்கும் நீங்கள், அதற்கும், இயற்கை உந்துதலுக்கும் உள்ள உறவைப் பற்றி கைடு இல்லாமல் ஆராய முனைப்பட்டு உங்கள் நேரத்தை வீணாக்காமல் இருந்தால் நீங்கள் ஒரு Mr. பர்ஃபெக்ட்.

முதல், இரண்டாவது வரிசைகளில் உட்கார்ந்து இருப்பவர்களெல்லாம் சங்கீதத்தில் கரை கண்டவர்கள் என்றும் கடைசி வரிசையில் உட்கார்ந்தோ அல்லது நின்று கொண்டோ கச்சேரியைக் கேட்பவர்கள் ஞான சூன்யம் என்றும் தப்புத்தாளம் (அதாவது தப்புக் கணக்கு) போடாதவராக இருந்தால் நீங்கள் ஒரு Mr. பர்ஃபெக்ட்.

சிக்கென்று உடை உடுத்திக்கொண்டு பாடி, ரசிகர்களின் உள்ளம் கவரும் இளம் நாக்பூர் சிஸ்டர்ஸ், என்னென்ன புடைவை கட்டிக்கொண்டு வந்தார்கள் என்று கச்சேரிக்கு வராத உங்கள் மனைவி கேட்டால், 'அதெல்லாம் யாரு கவனிச்சா? பாட்டைத்தான் நான் கேட்டேன்' என்று சொன்னால் நீங்கள் ஓர் உஷாரான Mr. பர்ஃபெக்ட்.

வட இந்தியாவிலிருந்து இறக்குமதி செய்யப்பட்ட கொடுவாள் மீசை வைத்த லோஹாரு பிரதர்ஸ், ஒருத்தருக்கு ஒருவர் அழகு காட்டிக் கொண்டு எம்பி, எம்பி சண்டைப்போட்டுக் கொள்வதுபோல விளம்பித்திலும், துருத்திலும் யமன் கல்யாணியில் ஆலாபனை செய்து கொண்டு இருக்கையில், எப்போது கை தட்டவேண்டும் என்று தெரிந்து வைத்திருந்தால் நீங்கள் ஒரு Mr. பர்ஃபெக்ட்.

‘அம்சமான சிஷ்யையைப் பின்னால உக்கார வெச்சுட்டு அப்பப்போ அவளோட சேர்ந்து பாடறாரே. அப்படிப் பாடலாமா?’ என்று அப்பாவியாக உங்கள் மனைவி கேட்டால், ‘அதனாலென்ன? பாடலாமே. மடியிலே உக்கார வெச்சுட்டு பாடினாத்தான் தப்பு’ என்று பதிலளிக்காமல் இருந்தால் நீங்கள் ஒரு Mr. பர்ஃபெக்ட்!

15

செல்லும்
அலெக்ஸாண்டர் பெல்லும்

பரத்தின் செல்ஃபோன் 'உலகத்திலேயே பாரத் தான் சிறந்தது' என்று இந்தியில் பாடி, இன்கமிங்காலை அறிவிக்கிறது.

'பரத்? எங்கேய்யா இருக்கே?'

'க்ளைன்ட் ஆபீஸுக்குப் போயிண்டு இருக்கேன் ஸார்.'

'கலெக்ஷன் எப்படியா இருக்கு?'

'இந்த வாரம் டல் ஸார். நாலு நாள் சேந்தா மாதிரி பேங்க் லீவாச்சே. எல்லா இடத்திலேயும் ஃபன்ட்ஸ் ஷார்ட்டேஜ் ஸார்.'

'ம். ஃபீல்டிலேதானே இருக்கே?'

'ஆமா ஸார்.'

குரு சினிமா பார்க்கிறதுக்கு முன்னால் பரத் மனைவியுடன் ஃபுட் கோர்ட்டில் டிபன் சாப்பிட்டுக் கொண்டிருக்கிறான்.

'இந்த வெயிலிலே எவன் ஃபீல்டுக்குப் போவான்? ஏசி ரூம்லே உக்காந்துக்கிட்டு

எங்களை விரட்டறதே இவன் வேலை. ஹனி, பனானா மில்க் ஷேக்கா? இல்லை வழக்கம் போல ஸ்வீட் லஸ்ஸியா?'

'ஷேக்கை விடு. பரத், அதோ பாரு. செல்ஃபோனை காதிலே வெச்சுக்கிட்டு உள்ளே வர்றது உங்க சேல்ஸ் மேனேஜர் மாதிரி இல்லே? பொய் சொல்றதிலே அவர் உனக்குக் குருவா?'

கைவசம் இருந்திருந்தால் அரிச்சந்திரனையும் செல்ஃபோன் பொய் சொல்ல வைத்திருக்கலாம்!

ஒரு மணி நேரமாக ஆணி அடிச்ச மாதிரி டிவி எதிரே உட்கார்ந்து கொண்டு அரதப் பழசு கிரிக்கெட் மேட்சை நியோ சேனலில் பார்த்துக்கொண்டிருக்கும் நிரஞ்சன், செல்ஃபோன் அடித்தவுடன் துள்ளிக் குதித்து எழுந்திருக்கிறான்.

'கிரியாடா?' என்று உற்சாகமாகப் பேச ஆரம்பித்தவன், ஹாலிலிருந்து பெட்ரூமுக்கு விறுவிறு என்று அந்தக் கால தெருக்கூத்து ராஜபார்ட் மாதிரி பேசிக்கொண்டே நடக்கிறான். 'நேத்தி ஏண்டா நீ வரலே...'

'...அதில்லேடா...' என்று குரல் கொடுத்துக்கொண்டே பெட்ரூ மிலிருந்து ஹால் மார்க்கமாக, பால்கனிக்குப் போகிறான்.

'அப்படீங்கறே?' என்று பால்கனியிலிருந்து ஹாலுக்கு வந்து பெட்ரூமை நோக்கி நகர்ந்தவன், '...டேய், டேய், கிரி நான் என்ன சொல்லறேன்னா...' என்று சொல்லிக்கொண்டு ரூட்டை மாற்றி மறுபடியும் பால்கனிக்குப் போகிறான்.

'...ஆனாலும் நந்தினிக்கு டீம் லீடர்னு ரொம்ப...'. வார்த்தை களைத் தேய்த்துக்கொண்டு ஹாலுக்கு வந்தவன், நாற்பத்தஞ்சு டிகிரி திரும்பி, இரண்டாவது பெட்ரூமுக்குள் நுழைகிறான். 'அன்னிக்கு கான்ஃபரன்ஸ் கால் வர்றதுக்கு முன்னாடி ஆவக்கா கோமளா என்ன சொன்னா தெரியுமா...' என்று சொல்லிக் கொண்டு மறுபடியும் வெளியே வந்தவன், அப்பாவும், அம்மா வும் ஹாலில் இருப்பதை உணர்ந்து, தன்னுடைய பெட்ரூமுக் குள் நுழைந்து கதவைச் சாத்திக் கொள்கிறான்.

நிரஞ்சனின் அப்பா டிவியை ஆஃப் செய்கிறார். 'இந்த ஃபோனுக்கு மொபைல்னு ஏன் பேர் வெச்சாங்கன்னு அன்னிக்குக் கேட்டியே? இப்பப் புரியுதா? ஒரு இடத்திலே நின்னு பேசறானா பாத்தியா? அதான்!'

எண்பது வயதான புரஃபஸர் கேசவமூர்த்தியின் வீட்டில் ஃபோன் அடிக்கிறது. படித்துக் கொண்டிருந்த பெட்ரண்ட் ரஸ்ஸலின் கட்டுரைத் தொகுப்பை மூடி வைத்து விட்டு, வாக்கிங் ஸ்டிக்கின் சகாயத்துடன் மெல்ல நகர்ந்து ரிசீவரைக் காதில் வைத்துக்கொள் கிறார். 'ஹலோ' என்று ஸ்லோமோஷன் குரல் கொடுக்கிறார்.

'யாரு மாமுவா? சின்ன தடியனைக் கூப்பிடு. பேசணும்.'

'மாமுவா? சின்ன தடியனா? அப்படி யாரும் இல்லையே?'

'என்னது இல்லையா? இன்னா மாம்...மு? வெளையாடறியா?'

'ஃபோன்லே பேசத்தான் முடியும் தம்பி. விளையாட முடியாது. விளையாடறதுக்கு மைதானம், பந்து, பேட்டு, அம்பயர் எல்லாம் வேணும்.'

'...தோடா. என்னை, என்ன வைகைப் பொயலு வடிவேலுனு நெனச்சுக்கினியா? சின்ன தடியனை ஃபோனுக்கு இழுக்கிறயா, இல்லாட்டி என்வேலையைக் காட்டட்டா?'

'காட்டு தம்பி. ஆனா சாதாரண ஃபோன்லே நீ எப்படி உன் வேலையைக் காட்டுவே? அதுக்கு வீடியோ ஃபோன் வேணுமேப்பா.'

'யோவ். யார்யா நீ? மாங்கொல்லை மாமு இல்லியா?'

'இல்லே ஸார். நான் மிஸ்டர் ராங் நம்பர்.'

'ராங் நம்பரா? மன்னிச்சுடு வாத்தியாரே.'

'தம்பி. நான் காலேஜிலே முப்பது வருஷம் புரஃபஸரா இருந்த வன். மொட்டையா வாத்தியார்னு கூப்பிடறயே? நியாயமா?'

எதிர்முனையில் ஃபோன் வெட்கத்துடன் வைக்கப்படுகிறது.

'ஹல்... லோ. டான்ஸ் மாஸ்டர் குஞ்சு காரு உன்னாரா?'

'காரு லேதண்டி. பைட்ட போயினாரு. பஞ்சு ஸ்கூட்டர் உன்னாரு.'

'ஏமி? பஞ்சு ஸ்கூட்டரா? எவரண்டி அவுரூஊஊ?'

'குஞ்சு காரு தம்புடு.'

‘எவரண்டி மீரு?’

‘மீக்கு ரேலங்கி காரு தெலிஸா?’

‘ஏமய்யா இது? தொங்கா. தொங்கா.’

‘கோத்தி. கோத்தி.’

‘ராங் நம்பர் ஒஸ்தே மீரு எந்துகு தீஸாவு?’

‘-★÷★×ஃ-★!’

‘ஃ★-5÷)ஃ× ★-÷★-!!’

டொக்!

டொக்!!

ராங் நம்பர் வந்தாலும் அதைக் கையாள ரைட் அப்ரோச் இருக்க வேண்டும்.

ரிடையர்டு புரஃபஸர் கேசவ மூர்த்தியோடு மெரீனாவில் வாக்கிங் போய்க்கொண்டிருந்தேன்.

‘அந்தக் காலத்திலே மாங்கு மாங்குன்னு எவ்வளவு எழுதுவோம். எங்க வீட்லே, ஏதோ நெய்யும், எண்ணெயும், கெரஸினும் மாசா மாசம் வாங்கறா மாதிரி, ஐரிஸ் இல்லாட்டி கிருஷ்ணவேணி இங்க்கை பெரிய பினைல் பாட்டில் சைஸில் வாங்குவாங்க. ஃபௌன்டன் பேனா காலம் போயி பால் பாயின்ட் வந்தது. அதுக்கு அப்புறம் கம்ப்யூட்டர் வந்தாச்சு. இப்போ படிச்சிட்டு வேலையிலே இருக்கிறவங்க நாலஞ்சு வார்த்தைக்கு மேலே ஏதாவது எழுதறாங்களா?’

‘டாய்லெட் சுவத்திலேகூட கழிவறை இலக்கியம் எழுதற தில்லே.’

‘கரெக்ட். மாசம் முப்பதாயிரம் சம்பாதிக்கிற என்னோட பேரனை ஒரு அட்ரஸை எழுதிட்டு வரச் சொன்னேன். கோழி அவசரமா கிறுக்கினா மாதிரி இருந்தது. ‘என்னடா இது? ஒண்ணும் புரியலே. இனிமே தினம் எனக்கு ஏதாவது மேட்டரின் ஒரு பேராவை கட்டாயம் எழுதி அனுப்பணும். ஷேக்ஸ்பியர் கொட்டேஷனிலிருந்து ஆரம்பி’ன்னு கண்டிப்பா சொல்லிப்புட்டேன்.’

‘மாசம் முப்பதாயிரம் சம்பாதிக்கிற உங்க பேரன் செஞ்சானா?’

‘செய்யாம இருப்பானா? என்னோட செல்லப் பேரன் ஆச்சே?’

‘கையெழுத்து எப்படி இருந்தது?’

‘அங்கதான் பிராப்ளம். மொதநாள் நாலு ஷேக்ஸ்பியர் கொட்டே ஷன்களை அனுப்பி இருந்தான். ஆனா பேப்பரிலே இல்லே.’

‘பின்னே?’

‘என் செல் நம்பருக்கு எஸ்.எம்.எஸ். பண்ணிட்டான்!’

‘இங்கேருந்து நீட்டி முழக்கிட்டு அண்ணா நகர் போறமே. நாம போகும்போது அவங்க இருப்பாங்களா?’

‘அட சும்மா வாடி. எல்லாம் இருப்பான். ஞாயித்துக்கிழமை காலையில பத்து மணிக்கு எங்க போயிடப் போறான்.’

‘உங்களுக்கு அவங்க நம்பர் தெரியாதா?’

‘யார் சொன்னது? ஏர்டெல், பி.எஸ்.என்.எல்.லுன்னு ரெண்டு லேண்டு லைன் நம்பர், செல் நம்பர் எல்லாம் தெரியும்.’

‘அதிலே ஒண்ணுத்திலே கூப்பிட்டு வரோம்னு சொன்னா என்ன?’

‘அட சும்மா வா. ஆட்டோலே போயிடலாம்.’

‘ஆட்டோ போய் வரவே இருநூத்தி அம்பது ரூபா ஆகும். பெஸன்ட் நகர் எங்கே இருக்கு? அண்ணா நகர் எங்கே இருக்கு.’

‘அட பேசாம வா. ஃபோனெல்லாம் பண்ண வேணாம்.’

அண்ணா நகரில் அவர்கள் தேடிப்போன அய்யாசாமி வீடு பூட்டி இருக்கிறது.

‘நான் அப்பவே சொன்னேனே...’

‘சும்மா இருடி. அட எங்க போயிருப்பான்?’

‘இப்பவாவது உங்க செல்ஃபோன்லே அவரைப் புடிங்க. பக்கத்திலே எங்கயாவது இருந்தா வரச் சொல்லலாம்.’

'அப்படீங்கறே? இதோ கூப்பிடறேன்... அய்யாசாமி தானே? அப்பாசாமிப்பா. எங்கே இருக்கே? என்னது நீ என் வீட்டுக்கு முன்னாடி நிக்கறயா? நான் உன் வீட்டு முன்னாடி நிக்கறேன். ஏம்பா? என்னா இது? என் வீட்டுக்கு வரேன்னு ஒரு ஃபோன் அடிக்கக்கூடாது? மூணு ஃபோன் வெச்சிருக்கியே?'

'வரப்போகிறேன்' என்று 'ஃபோன் பண்ணினால், 'நான் வெளியே போயிட்டு இருக்கேன்' என்று சொல்லி, சிலர் தப்பித்து விடுவார்கள்!

ராத்திரி பத்து மணிக்கு ராமகிருஷ்ணன் வீட்டில் ஃபோன் அடிக்கிறது.

'யாரு ராமுதானே? சீனு பேசறேன். வீட்டிலே தானே இருக்கே?'

'பின்னே சத்தியமங்கலம் காட்டிலேயா இருக்கேன்?'

'சே! உளறிட்டேன். வழக்கமா செல்ஃபோனில் தானே பண்ணுவேன். இப்போ லேண்டு லைனிலே பேசறேன்னு மறந்துட்டேன்.'

'சரி சொல்லு. என்ன வேணும்?'

'பாலாஜி நம்பர் வேணும்?'

'பாலாஜி நம்பரா? உங்கிட்டே இல்லே?'

'இல்லியே. அதானே கேக்கறேன்.'

'பாலாஜி யாருன்னு தெரியுமில்லை?'

'என்ன கேள்விடா? பாலாஜி என்னோட தம்பிடா. கூடப் பிறந்த தம்பி.'

'தம்பியோட நம்பர் இல்லியா? என்ன கதைடா இது?'

'இதுவரை பத்து ஆபீஸ், பதினைஞ்சு வீடு மாத்திட்டான். இந்தியாலே இருக்கிற எல்லா சர்வீஸ் ப்ரொவைடர் ஃபோன்களையும் மாத்திட்டான். டெலிஃபோன் இன்டக்ஸில் அவனோட நம்பரை அடிச்சு அடிச்சு எழுதி அந்த போர்ஷனே கிழிஞ்சு கந்தலாயிடுச்சு.'

'சரி, சரி... நெம்பரைச் சொல்றேன் எழுதிக்கோ...'

'தேங்க்ஸ்டா. இதானே லேட்டஸ்ட் நம்பர்?'

‘அப்படீன்னுதான் நினைக்கிறேன். பத்து நிமிஷம் முன்னாலே பேசினேன்.’

‘அதுக்குள்ளே மாறி இருக்காது. அது சரி, எப்படிடா நீ இதை மேனேஜ் பண்ணறே?’

‘சிம்பிள். சில பேர் நம்பரை எல்லாம் நான் பேனாலே எழுத மாட்டேன். பென்சிலிலேதான் எழுதுவேன். அழிச்சு மாத்தி எழுத ஈசியாக இருக்கும். பாலாஜி ஸ்பெஷல் கேஸ். அவன் நம்பரை மாத்திரம் ‘போஸ்ட் இட்’ ஸ்டிக்கர்லே எழுதி ஒட்டிடுவேன். அப்பப்போ மாத்த வசதியா இருக்கும்.’

ஒரே பாணம், ஒரே சொல், ஒரே மனைவி என்ற பாலிஸியைப் போல ஒரே எண் என்கிற பாலிஸியைக் கடைப் பிடிப்பவர்கள் மிகச் சிலரே.

ஜெட் ஏர்வேஸ் விமானம், டெல்லி ஏர்போர்ட்டில் இறங்கி ஏரோபிரிட்ஜை நோக்கி திமிங்கிலமாக நகர்கிறது.

தலைக்கு மேல் இருக்கும் லாக்கரிலிருந்து கனமான நடை வண்டிப் பெட்டியை எடுத்துக் கொண்டே மிஸ்டர். பறக்கும் பாச்சா செல்ஃபோனுக்கு உயிர் ஊட்டி, சென்னையில் இருக்கும் மனைவியுடன் பேசுகிறார்.

‘நான்தான். இறங்கியாச்சு.’

‘ம்.’

‘அபி தூங்கிட்டாளா?’

‘பின்னே? மணி பதினொண்ணு.’

‘டாமி?’

‘டாமி தூங்கியாச்சு.’

‘ரொம்ப குலைச்சுதா?’

‘இல்லே.’

‘டிரைவர் எத்தனை மணிக்கு வண்டியைக் கொண்டு வந்தான்.’

‘கரெக்டா வந்தாச்சு.’

‘சாவியை வாங்கி ஜாக்கிரதையா வெச்சயா?’

‘இல்லே. டபிள்யூ.சி.யிலே வீசி எறிஞ்சு ஃப்ளஷ் பண்ணிட்டேன்.’

‘உனக்கு உடம்புக்கு ஒண்ணும் இல்லியே?’

‘மூணு மணி நேரத்திலே என்ன ஆயிடப் போகுது?’

‘நாளைக்குச் சாயந்தரம் வந்திடுவேன்.’

‘அதான் தெரியுமே.’

‘வேற ஒண்ணும் இல்லையே.’

‘இல்லை.’

இந்த அதிமுக்கிய டெலிஃபோன் காலை முடித்து பாச்சா இறங்கத் தயாராகிறார்.

விமானம் இறங்கித் தரையில் ஓடும்போது, செல்ஃபோனில் மனைவியுடன் பேசி பந்தா பண்ணாவிட்டால் சிலருக்கு வயிற்றில் டின்னர் இறங்காது.

பிளானிங் கிங் சக்கரவர்த்தியின் செல்ஃபோன் அந்தக்கால மொந்தம் பழ சைஸில் இல்லாமல் லைட்டான பொடி டப்பா சைஸில் இருந்தாலும் அதை வெயிட்டான பார்ட்டி என்று கூறலாம். ஏனென்றால்:

1. சுமார் 500 டெலிஃபோன் நம்பர்களும் 30 போஸ்டல், ஈ-மெயில், வெப் அட்ரஸ்களும் அதில் திணிக்கப்பட்டிருக்கும்.

2. தமிழ், ஆங்கிலப் புத்தாண்டு, பொங்கல், தீபாவளி வாழ்த்து வாசகங்கள் ‘மெசேஜில்’ சேமிக்கப்பட்டு இருக்கும்.

3. அமெரிக்காவிலும், சிங்கப்பூரிலும் உள்ள அவர் பெண், பிள்ளைகளின் குடும்பப் போட்டோக்களை காலரியில் பார்க்கலாம்.

4. வரும் நாள்களில் நடக்க இருக்கும் ஆண்டு நிறைவு, கல்யாணங்கள், சீமந்தங்கள், மற்றும் மனைவியின் பிறந்த நாள் போன்றவை மறக்காமல் இருக்க அலார அறிவிப்புடன் நினைவுப்படுத்த ரிமைண்டர்கள் கொடுக்கப்பட்டு இருக்கும்.

5. இன்கம்டாக்ஸ் Pan நம்பர், பாஸ்போர்ட் விவரங்கள், கிரெடிட் கார்டு நம்பர்கள், வேர்க்கடலை மாதிரி கொறிக்கும் பதினேழு கலர்கலர் மாத்திரைகளின் பெயர்கள், பொடன்ஸி விவரம், பேங்க் லாக்கர் நம்பர், குடும்பத்தினரின் பிறந்த நாள், நட்சத்திரம் மற்றும் ராசி போன்ற விவரங்கள் 'ஆர்கனைஸர் நோட்ஸி'ல் டிஜிட்டலாக எழுதப்பட்டு இருக்கும்.

செல்ஃபோனின் மூர்த்தி சிறியது. ஆனால் கீர்த்தி பெரியது!

★

நீங்க Mr. பர்ஃபெக்டா?

எங்கு சென்றாலும் கையில் வில்லோடு காட்சி அளித்த ஸ்ரீராமபிரான் மாதிரி கையோடு செல்லை எடுத்துச்சென்று, அவரைப்போல தேவைப்பட்ட சமயங்களில் மாத்திரம் உபயோகிப்பவராக இருந்தால் நீங்கள் ஒரு Mr. பர்ஃபெக்ட்.

சார்ஜ் ஆகிக் கொண்டிருக்கும்போது, செல்ஃபோனில் வந்த காலை அப்படியே எடுத்துப் பேசினால் அது வெடித்துவிடக் கூடும் என்பதால், ஸ்விட்சை ஆஃப் செய்துவிட்டுப் பேசினால் நீங்கள் ஓர் உஷாரான Mr. பர்ஃபெக்ட்.

ஐ.சி.யூ. நோயாளிகளின் விசிட்டர்கள் தங்கும் ஹாலில் அடித்த உங்கள் செல்ஃபோனை எடுத்து, திருவான்மியூரிலிருந்து போரூர் வந்து சேர்ந்த உங்கள் பயண விவரங்களை, பள்ளிக்கூட ஸ்போர்ட்ஸ் டே அன்று மைக் வழியாகக் கத்தும் டிரில் மாஸ்டரின் உரத்த குரலில் கூறாமல், காதலர்களின் ரகசியக் குரலில் கிசுகிசுத்தால் நீங்கள் ஒரு Mr. பர்ஃபெக்ட்.

‘ஆல் த லைன்ஸ் இன் திஸ் ரூட் ஆர் பிஸி. ப்ளீஸ் டயல் ஆஃப்டர் சம் டைம். இந்தத் தடத்தில் உள்ள எண்கஎெல்லாம் தற்சமயம் .....’என்ற குரலைப் பத்து நிமிஷங்களுக்கு மேல் கேட்டுக் கொண்டிருந்த நீங்கள், தொடர்ந்து பதினைந்து நிமிஷங்களுக்குக் கேட்டு மகிழாமல், உங்களுக்குத் தெரிந்த ஓரிரு வெண்டை வார்த்தைகளைச் சொல்லாமல் இருந்தால் நீங்கள் ஒரு Mr. பர்ஃபெக்ட்!

எதிர் முனைக்காரர் ‘ஹலோ’ சொன்னவுடன், ‘யாருன்னு தெரியறதா. நான்தான். கண்டுபிடி? என்று பரிசுப் பொருள்கள் வழங்கப்படாத போட்டிகள் வைக்காமல், ‘மயிலாப்பூரிலிருந்து சிவராமன் பேசறேன்’ என்று பளிச்சென்று அறிவித்து விஷயத்துக்குப் போனால், நீங்கள் ஒரு Mr. பர்ஃபெக்ட்.

டெலிஃபோன், தகவல் தெரிவிக்க, வம்பளக்க அல்ல என்று உணர்ந்து பேச்சைக் குறைத்தால் நீங்கள் ஒரு Mr. பர்ஃபெக்ட்.

படுக்கை அறையில் செல்ஃபோனுடன் விளையாடிக் கொண்டிருக்கும் உங்கள் செல்லக் குழந்தை, ஷார்ட் கட் டயல் நம்பரில் ஒன்றை அழுத்தி, அதனால் மறுமுனை யில் ஃபோனை எடுப்பவர் உங்கள் மனைவியுடன் நீங்கள் போடும் அன்றைய சண்டையையோ அல்லது சிருங்கார சல்லாபங்களையோ ஒரு அட்சரம் விடாமல் கேட்டுவிடும்படி ஆகாமல் முன் எச்சரிக்கையாய் இருந்தால் நீங்கள் ஒரு விவரமான Mr. பர்ஃபெக்ட்.

ஆபீஸ் உபயோகத்துக்காகக் கொடுக்கப்பட்ட உங்கள் செல்ஃபோன் நம்பரை உங்கள் மேலதிகாரி அழுத்தினால், ‘சிரிச்சு சிரிச்சு வந்தா ஜீனாத் தானோ டோய்!’ போன்ற ரிங் டோன் ஒலிக்காமல் பார்த்துக் கொண்டால் நீங்கள் ஒரு Mr. பர்ஃபெக்ட்.

குறிப்புகளுக்காக

www.ingramcontent.com/pod-product-compliance
Lightning Source LLC
LaVergne TN
LVHW100331181026
850499LV00039B/1032
* 9 7 8 8 1 8 3 6 8 3 3 2 6 *